Rasamagari

Venkataraya Satri

ర స మం జ రి

విషయసూచిక

శ్లోక సూచి.

శ్రీ

రసమఞ్జరీ.

ఆత్మీయం చరణం దధాతి పురతో
    నిమ్నోన్నతాయాం భువి,
స్వీయేనైవ కరేణ కర్షతి తరోః
    పుష్పం శ్రమాశఙ్కయా,
తల్పే కిం చ మృగత్వచా విరచితే
    నిద్రాతి భాగైర్నిజైః,
రన్తఃప్రేమభరాలసాం ప్రియతమా
    మఙ్గే దధానో హరః. ౧

శ్రీభానుమిశ్రకవి శృంగారరసస్వరూపప్రతిపాదకంబుగా రసమంజరి యనునీప్రబంధమును రచింపం గడంగినవాఁడై లోకోత్తరశృంగారాలంబనభూతుఁ డగునర్ధనారీశ్వరుని మంగళార్థమై ప్రస్తుతించుచున్నాఁడు:—

అన్త...సామ్—అన్తః = హృదయములో - ప్రేమభర = ప్రీత్యతిశయముచేత - అలసామ్ = డస్సిన దైన, ప్రియతమామ్ = అత్యంతప్రియయగు (పార్వతిని), అఙ్గే = (తన)దేహమందు, దధానః = ఉంచుకొన్నవాఁడైన, హరః = శివుఁడు, శ్రమాశఙ్కయా—శ్రమ = ఆయాసము యొక్క-ఆశఙ్కయా=భయముచేత (పార్వతికి శ్రమ గలుగు నేమో యను భయముచేత), నిమ్న ఉన్నతాయామ్ - ఎగుడు దిగుడయిన, భువి = నేల యందు, పురతః = ముందు, ఆత్మీయమ్ = తన దైన, చరణమ్ = అడుగును, దధాతి = పెట్టును; తరోః = చెట్టుయొక్క, పుష్పమ్ = పుష్పము,

స్వీయేన ఏవ కరేణ=తనదైన చేతితో నే (ఆమెచేతితోఁ గాదు), కర్షతి=
తోయును; కించ = మఱియు, మృగత్వచా = లేడి తోలుతో, విరచితే =
చేయఁబడిన, తల్పే = పడకయందు, నిజైః భాగైః = తన యవయవముల
మీఁదను, నిద్రాతి = శయనించును, (తనయరమేనే క్రిందుగా నుండునట్లు
శయనించును, ఆపడక ఆమెమేనికి ఒత్తుకొనకుండ తనయరమేనిబరువు
ఆమెయరమేనికి తగులకుండ పవళించు నని భా.)

'అఙ్గే దధానః' అనుటచే ఎవఁడయినను అత్యంతకాముకుఁడు
కాంతను ఉద్యానవనక్రీడాశైలాదులందు ఎత్తుకొని తిరుగునట్లు అని ధ్వని.
ఇట్లు అతఁడు ఆమెయందు ప్రేమాతిశయమును చూపుటచేత ఆమెయు
'ప్రేమభరాలస' పట్టరానంతహర్షముచే పరవశురాలు అయినది.
'అన్తః' అనుట యేల యన ఆమెప్రేమ ఆయనప్రేమవలె కార్యరూపమున
పరిణమింపలేదు గావున. 'అలసామ్' - (ఆ ప్రేమ) భరమును మన
స్సులో నే యుంచుకొని యున్నందున అలసత.

కవి తననామమును తనగ్రంథనామమును తెలుపుచున్నాఁడు:—

విద్వత్కులమనోభృఙ్గరసవ్యాసఙ్గహేతవే
ఏషా ప్రకాశ్యతే శ్రీమద్భానునా రసమఞ్జరీ. 2

విద్వ...వే—విద్వత్ = పండితులయొక్క - కుల = సమూహము
యొక్క - మనః = చిత్తములనెడు - భృఙ్గ = తుమ్మెదలకు - రస =
శృంగారరసముయొక్క - వ్యాసఙ్గ = అనుభవమనెడు - హేతవే =
ప్రయోజనమునకై, శ్రీ...నా—శ్రీమత్ = ప్రతిభాసంపద గలవాఁడైన
(అని కవిపరము) (శోభావంతుఁడైన అని సూర్యపరము) -భానునా=భాను
మిశ్రకవిచేత (సూర్యునిచేత అని యర్థాంతరము) రసమఞ్జరీ-రస = శృంగార
రసముయొక్క (మకరందముతోడి అని సూర్యపరము) - మఞ్జరీ=పూగు
(పూగుత్తివంటిగ్రంథ మని కవిపరము), ప్రకాశ్యతే = వెల్లడిసేయ
బడుచున్నది. ఎట్లు తుమ్మెదలకు తేనె యానుటకొఱకు తేనె గలపూగు

త్తిని సూర్యుఁడు కంటి కగపడఁజేయునో, అట్లే పండితులకు శృంగార రసమును ఆస్వాదించుటకై భానుమిశ్రకవిరసమంజరి యనునీకావ్యమును వెల్లడిసేయుచున్నాఁడు, అని భా. స్వయము జ్ఞానియై ఇతరులకు జ్ఞాన మొసంగుకవికి స్వయము ప్రకాశమానుఁడై ఇతరులకు ప్రకాశ మొసంగుసూర్యునితోను, శృంగారాది రసముకై ప్రతిగ్రంథమును వెదకు పండితమనస్సులకు మకరందరసముకై ప్రతిపుష్పమును వెదకుతుమ్మెదల తోను, అత్యంతమనోహర మైనశృంగారరసమునకు అత్యంతమధుర మైన తేనెలోను, అట్టియారసముతో నిండియున్న యీప్రబంధమునకు అట్టితేనె తో నిండినపూగుత్తితోను, సామ్యము ఎంతయు సొంపారుచున్నది. ఇందు శృంగారరసముమాత్రమే తెల్లముసేయఁబడుటచే దీనికి 'శృంగారరస మంజరి' యని పేరు ఇడవలసియుండగా దానినిడక 'రసమంజరి' యని పే రిడుటకు కారణము ఏ మనఁగా, రసములలో నెల్ల శృంగారమే ప్రధాన మగుటయు రూఢ్యతిశయముచే రసశబ్దము శృంగారమునే చెప్పుటయు.

అథ ప్రథమప్రకరణమ్.

తత్ర రసేషు శృఙ్గార స్యాభ్యర్హితత్వేన తదాలమ్బనవిభా వత్వేననాయికా తావ న్నిరూప్యతే.

తత్ర = రసమంజరీగ్రంథమందు. రసేషు=(శృంగార వీర కరుణ అద్భుత హాస్య భయానక బీభత్స రౌద్ర శాంతము లనెడుతొమ్మిది) రసము లలోను, శృఙ్గారస్య = శృగారరసముయొక్క, అభ్యర్హితత్వేన = శ్రేష్ఠ త్వముచేత, (శృంగారరసము ప్రధానము గావున), త... త్వేన—అశృంగార రసమునకు ఆలంబనవిభావ మగుటచే, తావత్ = ముందుగా, నాయికా నిరూప్యతే = నాయిక నిరూపింపఁబడుచున్నది. శృంగారశాస్త్రమందు నాయికయే ముఖ్య గావున నాయకనిరూపణముకన్న ముందుగా నాయికా నిరూపణము చేయుట యని తెలియంగవలయు,

సా చ త్రివిధా - స్వీయా పరకీయా సామాన్యా చేతి.

ఆనాయికయు ముత్తెఱఁగులు - స్వీయ పరకీయ సామాన్యయు నని

స్వీయానిరూపణమ్.

తత్ర స్వామి న్యేవానురక్తా స్వీయా.

ఆమువ్వురు నాయికలలో, భర్తయందు మాత్రమే ప్రేమగలది స్వీయ.

న చ పరిణీతాయాం పరగామిన్యా మవ్యాప్తిః; అత్ర పతివ్ర తాయా ఏవ లక్ష్యత్వాత్; తస్యా శ్చ పరగామితయా పరకీయాత్వ మపి సమాయాతి.

వివాహితయై పరపురుషాసక్త యగుదానికి స్వీయాలక్షణము పొసఁగదని యాక్షేపింపవలదు; (ఏల యన) ఈలక్షణమునకు పతివ్రత మాత్రమే ఉద్దేశ్యమై యుండుటచేత వివాహితకును పరగామితచే పరకీయాత్వము సయితము సంభవించును.

అస్యా శ్చేష్టా - భర్తృశుశ్రూషా, శీలసంరక్షణ, మార్జవం, క్షమా చ. యథా.

స్వీయయొక్క వ్యాపారములు (ఏవనఁగా) పతిసేవ, (తన) సబాధ్యమును కాపాడుకొనుట, మనోవాక్కాయములందు ఏకరూపముగా నుండుట, ఓర్పును. ఉదా.

గతాగతకుతూహలం నయనయో రపాఙ్గావధి,
స్మితం కులనతభ్రువా మధర ఏవ విశ్రామ్యతి,
వచః ప్రియతమశ్రుతే రతిథి రేవ, కోపక్రమః
కదాచి దపి చేత్ తదా మనసి కేవలం మజ్జతి.

కులనతభ్రువామ్ = కులసుందరులయొక్క (కుల = వంశము, నతభ్రూః = వంగిన కనుబొమ్మలుగలది) (పతివ్రతలయొక్క యని యభిప్రాయము)

యము), నయనయోః = నేత్రములయొక్క, గత ఆగత కుతూహలమ్ = పోకయొక్కయు రాకయొక్కయు కోరిక (చూచుటకై దృష్టిప్రసారము సేయుటయు,చూచినయనంతరము దృష్టిని కుదియించుటయు, ఏతద్విషయకమయినయభిలాష), అపాఙ్గావధి--అపాఙ్గ = కంటికొనయే - అవధి = హద్దుగాగలది, (చూపుకనుఁగొనలను దాఁటిపోదని భా.); స్మితమ్ = నవ్వు, అధరే ఏవ = మోవియందే, విశ్రాన్యతి = విశ్రాంతిని బొందును, నవ్వు పెదవిని దాఁటదని, అనఁగా-చిఱునవ్వే నవ్వును పకపక నవ్వదని, భా.); వచః = మాట, ప్రియతమ శ్రుతే ఏవ = ప్రియతముని చెవికిమాత్రమే, అతిథిః=అతిథి, (పరపురుషులతో సంభాషింపదనియు, బిగ్గరగా పలుకదనియు అర్థము; మఱియు, శ్రుతేః అను ఏకవచనప్రయోగముచే ఈచెవిపై పుచెప్పినమాట ఆచెవికి వినఁబడనట్లు పలుకును అని అతిసౌకుమార్యము ధ్వనించుచున్నది.); కోప క్రమః = కోపము వచ్చుట, కదాచిత్ అపి = ఎప్పుడైనియు, (స్యాత్) చేత్ = (కలుగు) నేని, మనసి కేవలమ్=మనస్సు లోనే, మజ్జతి=మునుఁగును, (కోపము రానేరాదు, వచ్చినను మనస్సులోనే అణఁగిపోవును గాని బయటికి తెలియదు, అని యర్థము.) ఇట పూర్వార్థమున శీలరత్నంబును, పతితో మెల్లగా భాషించు ననుటచే (అతనిసమీపమందే ఉండు నని సూచనయు, దానిచే) భర్తృశుశ్రూషయు, కోపము రాదు వచ్చిన నణఁచికొను ననుటచేత ఓర్పును, స్ఫురించుచున్నవి.

స్వీయా త్రివిధా - ముగ్ధా, మధ్యా, ప్రగల్భా చ.

స్వీయ ముత్తెఱఁగులు - ముగ్ధ, మధ్య, ప్రగల్భయు (నని).

ముగ్ధ.

తత్రాఙ్కురితయౌవనా ముగ్ధా.

స్వీయలు మువ్వురలో పొటమరించినయౌవనము గలది ముగ్ధ యనఁబడును.

సా చ ద్వివిధా – జ్ఞాతయౌవనా, అజ్ఞాతయౌవనా చేతి.

ముగ్ధయు ఇరుదెఱంగులు = ఎఱుకపడినయౌవనము గలది, ఎఱుక పడని యౌవనముగలది యు, అని.

సైవ క్రమశో లజ్జాభయపరాధీనరతి ర్నవోఢా; సైవ సప్రశ్రయా విస్రబ్ధనవోఢా.

ముగ్ధయే కాలక్రమముగా లజ్జాభయములకు లోఁబడినరతి గలది నవోఢ. ముగ్ధయే బెదరు తీఱి విశ్వాసవంతురాలై వ్యవహరించు నేని విస్రబ్ధ నవోఢ.

అస్యా శ్చేష్టాః – క్రియా హ్రియా మనోహరా, కోపేఽపి మార్దవం, నవభూషణే సమీహా.

ముగ్ధయొక్క చేష్టలు (ఏవనఁగా) – హ్రియా = లజ్జచేత, మనో హరా = హృద్యమయిన, క్రియా = సంభోగకాలికవ్యాపారము; కోపే ఽపి = కోపమునందు సయితము, మార్దవమ్ = మెత్తఁదనము; నవభూషణే = నూతనాలంకారమందు (ఇది వస్త్రాదికమునకు ఉపలక్షణము), సమీహా = కోరిక.

సామాన్యముగా ముగ్ధకు ఉదా.

ఆజ్ఞప్తం కిల కామదేవధరణీపాలేన కాలే శుభే
వస్తుం వాస్తువిధిం విధాస్యతి తనౌ తారుణ్య మేణీదృశః,
దృష్ట్యా ఖఞ్జనచాతురీ, ముఖరుచా సౌధాకరీ మాధురీ,
వాచా కిం చ సుధాసముద్రలహరీలావణ్యమామన్త్ర్యతే.

కామ దేవ ధరణీ పాలేన ఏణీ దృశః తనౌ శుభే కాలే వస్తుమ్ ఆజ్ఞప్తం వాస్తు విధిం తారుణ్యే విధాస్యతి (సతి) = మదన దేవుఁడను భూ నాయకునిచేత లేడి కనుల (వంటికన్నులుగల) దానియొక్క (సుందరి యొక్క) మేనియందు మంగళమగు (యౌవనారంభ) సమయమందు ని

సించుటకుఁగాను ఆజ్ఞాపింపఁబడిన వాస్తుదేవతాపూజను యౌవనము (అనెడి యమాత్యుఁడు) చేయఁబోవునది(-బోవువాఁడు) (కా నుండఁగా, దృష్ట్యా ఖఞ్జన చాతురీ - ముఖ రుచా సౌధాకరీ మాధురీ - కించ వాచా సుధా సముద్ర లహరీ లావణ్యమ్-ఆమన్త్ర్యతే = చూపుచేత కాటుకపిట్టయొక్క సొంపు - మోముయొక్క కాంతిచేత అమృతకిరణ (చంద్ర) సంబద్ధమైన సౌందర్యము - మఱియు మాటచేత అమృత సాగర తరంగములయొక్క కాంతివిశేషంబును - పిలువఁబడుచున్నది (పిలువఁబడుచున్నవి); దృష్ట్యాదులను ఖంజనచాతుర్యాదిగుణములు కలుగసాగిన వని భా. మదనుఁడు నివసించె ననక నివసింపఁగోరె ననుటచేతను, ఈచాతుర్యాదులు వచ్చిన వని చెప్పక పిలువఁబడుచున్న వనుటచేతను, ఇంక రాలే దనియు రా సమయ మనియు అభిప్రాయము. దానిచే యౌవనారంభము సూచితము గాన నాయిక ముగ్ధ.

అజ్ఞాతయౌవనా యథా :

నీరాత్ తీర ముపాగతా శ్రవణయోః
సీమ్ని స్ఫురన్నేత్రయోః
శ్యామం లగ్న మిదం కి ముత్పల మితి
జ్ఞాతుం కరం న్యస్యతి,
శైవాలాఙ్కురశఙ్కయా శశిముఖీ
రోమావళిం ప్రోఞ్ఛతి,
శ్రాన్తాఽస్మీతి ముహుః సఖీమవిదిత
శ్రోణీభరా పృచ్ఛతి. ౫

శశి ముఖీ = చంద్ర వదన, నీరాత్ =(సరో) జలమునుండి, తీరమ్ ఉపాగతా (సతీ) = గట్టునకు వచ్చిన దై, స్ఫుర...త్రయోః—స్ఫురత్ = ప్రకాశించుచున్న - నేత్రయోః = కన్నులు గలదైన, శ్రవణయోః =

చెవులయొక్క, (యౌవనోదయముచే కన్నులు దీర్ఘము లై చెవులవఱకు వి స్తరిల్లిన వని భా.), సీవ్ని = పర్యంతమందు, శ్యామమ్ = నల్లనిది, ఇదమ్ = ఇది (కడగంటినల్ల కాంతి యుత్తము, చెవిచెంతఁ గూడుకొన్నట్టిది), అగ్నమ్ = (అట) అంటుకొన్న, (శ్యామమ్) ఉత్పలం కిమ్ ఇతి = (నల్ల) గలువ యో అని, జ్ఞాతుమ్ = ఎఱుంగుటకు, కరమ్ = చేతిని, న్యస్యతి = పెట్టుచున్నది; రోమావళిమ్ = నూగారును, శైవా...యా — (తనకు నూగారు ఏర్పడినదని యెఱుఁగనిదై) శైవాల = నాచుయొక్క — అఙ్కుర = మొలక యొక్క (మొలక యనెడు) — శఙ్కయా = భ్రమచేత (జలకేళిలో కడుపుమీఁద అంటుకొన్న నాఁచుమొలక యనుకొని) ప్రోఞ్ఛతి = తుడిచి వేయుచున్నది; అవి...రా — అవిదిత = ఎఱుఁగఁబడని — శ్రోణీ భరా (సతీ) = పిఱుఁదుల పెంపు గల (దై) (తనపిఱుఁదులు పెంపుఁ జెందిన దని యెఱుంగనిదై), ముహుః = పలుమాఱు, సఖీమ్ = చెలికత్తెను, శ్రాన్తా అస్మి ఇతి = డస్సిన దానను అని (నాకేల యిట్లు బడలిక కలిగినది అని), పృచ్ఛతి — అడుగుచున్నది. ఇందు, నేత్రములు ఆకర్ణాంత విశాలములుగా నగుట, నేత్రములకు నీలోత్పలచ్ఛవి ప్రాదుర్భవించుట, నూగారేర్పడుట, శ్రోణీభారము, అను యౌవనధర్మములను అవి యెఱుంగఁబడమియు నుపన్యస్తములు.

జ్ఞాతయౌవనకు ఉదా.

స్వయంభూః శమ్భు రమ్భోజలోచనే, త్వత్పయోధరః
నఖేన కస్య ధన్యస్య చన్ద్రచూడో భవిష్యతి? ౭

(హే) అమ్భోజ లోచనే = తామరలవంటి కన్నులు గలదానా త్వత్ పయోధరః = నీయొక్క స్తనము, స్వయం భూః = తానుగానే పుట్టినట్టిది (కారణము ఎఱుకపడనిది, శివుఁడును స్వయంభువే గదా), శమ్భుః = సుఖమ్మును కలిగించునది (శమ్ = సుఖమే — భావయ తీతి శమ్భుః) (శివుఁడును శమ్భుఁడే గదా), కస్య ధన్యస్య నఖేన = ఏ కృతార్థునియొక్క

గోటిచేత (నఖక్షతముచేత), చన్ద్రచూడః = చంద్రుఁడు సిగయందుఁ గలదిగా (శివుఁడును చంద్రచూడుఁడే గదా), భవిష్యతి = అగును? ఏయదృష్టవంతునినఖక్షతము నీపయోధరముపై చంద్రరేఖవలె భాసిల్లును? నిన్ను పొందనోఁచినపుణ్యాత్ముఁ డెవఁడు అని ప్రశ్న. ఇట నాయికయొక్క యౌవనోదయము సఖికి విదిత మని ఆమె యడిగిన ప్రశ్నచేతనే తెలియుచున్నది.

నవోఢకు ఉదా.

హస్తే ధృతాऽపి శయనే వినివేశితాऽపి
క్రోడే కృతాऽపి, యతతే బహి రేవ గన్తుమ్;
జానీమహే నవవధూ రథ తస్య వశ్యా
యః పారదం స్థిరయితుం క్షమతే కరేణ. ౮

నవోఢా=క్రొత్తపెండ్లికూఁతురు, హస్తే ధృతా అపి = చేత పట్టుకొనఁబడినదైనను, శయనే వినివేశితా అపి = పాన్పునందు ఉంపఁబడినదైనను, క్రోడే కృతా అపి = రొమ్మున పెట్టుకొనఁబడినదైనను (కవుంగిట బిగింపఁబడినదైనను), బహిః గన్తుమ్ ఏవ యతతే=(పడకగదినుండి) బయటికి పోవుటకే యత్నించును; యః కరేణ పారదం స్థిరయితుం క్షమతే = ఎవఁడు (తన) చేతిలో పాదరసమును (జాఱనీక) నిలుపుటకు నేర్చునో, తస్య =వానికి, నవ వధూః=క్రొత్త పెండ్లాము (పెండ్లికూఁతురు), వశ్యా ఇతి= స్వాధీన అని, జానీమహే=తలంచెదము (తలంచెదను). ఇట నాయకుఁ డెన్నియుపాయములు పన్నినను నాయిక గదినుండి వెడలుటకే యత్నించుననుటచే లజ్జాభయపరాధీనరతిత్వము ధ్వనితము గాన లక్షణసంగతి.

విస్రబ్ధనవోఢకు ఉదా.

దరముకుళితనేత్రపాళి, నీవీ
నియమితబాహు, కృతోరుయుగ్మబన్ధమ్,

కరకలితకుచస్థలం, నవోఢా
స్వపితి సమీపముపేత్య కస్య యూనః.

నవోఢా = (ఒకానొక)నవోఢ, కస్య (చిత్) యూనః సమీపమ్ ఉపేత్య = ఒకానొక ప్రాయపువానియొక్క చెంతను చేరి, దర ముకుళిత నేత్ర పాళి = ఇంచుక మూయఁబడిన కనుఁగొనలు (కలుగునట్లుగాను = కలదిగాను), నీవీ నియమిత బాహు = పోఁకముడియందు ఉంపఁబడిన (కాంతుని యొక్క) చేయి (కలుగునట్లుగాను = కలిగియు), కృత ఊరు యుగ్మ బన్ధమ్ = చేయఁబడిన తొడల జంటయొక్క కలయిక (కలుగునట్లుగాను, అనఁగా ఒకరితొడలతో ఒకరితొడలను పెలివైచికొని), కర కలిత కుచస్థలమ్ = (కాంతుని) చేతిచే పట్టుకొనఁబడిన స్తన ప్రదేశము (కలుగునట్లుగాను కలదియై), స్వపితి = పరున్నది. ఇట నాయకునితో పరున్న దనుట విస్రబ్ధనవోఢ యని స్ఫుటముగా తెలియుచున్నది.

మధ్యా.

సమానలజ్జామదనా మధ్యా; ఏషైవాతిప్రశ్రయాదతివిస్రబ్ధనవోఢా; అస్యాశ్చేష్టా - సాగసి ప్రేయసి ధైర్యే వక్రోక్తిః; అధైర్యే పరుషవాక్.

లజ్జయు మదనుండును సమానముగాఁ గలది మధ్య; మధ్య యే అతి విశ్వాసము చేత అతివిస్రబ్ధనవోఢ (యగును); మధ్యయొక్క చేష్ట - అపరాధి యగుభల్లభునివిషయమై ధైర్య మున్నచో కుటిలభాషణము, ధైర్యము లేనిచో పరుషభాషణము.

మధ్యకు ఉదా.

స్వాపే ప్రియాననవిలోకనహాని రేవ,
స్వాపచ్యుతౌ ప్రియకరగ్రహణప్రసఙ్గః,

ఇత్థం సరోరుహముఖీ పరిచిన్తయన్తీ
స్వాపం విధాతు మపి హాతు మపి ప్రపేదే. ౯

సరోరుహ ముఖీ = (ఒకానొక) కమల వదన, స్వాపే=నిద్రయందు (తాను నిద్రపోయినయెడల), ప్రియ ఆనన విలోకన హానిః ఏవ = వల్లభుని ముఖముయొక్క-(ముఖమును) చూపుయొక్క- (చూచుటయొక్క-) లోపమే (అతనిముఖమును చూచుచుండుభాగ్యము లేకపోవుట తప్ప వేఱు ప్రయోజనము ఉండదు), ప్రియ కర గ్రహణ ప్రసఙ్గః = చెలువునియొక్క- చేతిలో పట్టుకొనుటయొక్క- ప్రసక్తి (కలుగు నని విశేషము) (తాను మేలుకొన్న దని అతనికి తెలియఁగానే తన్ను లేచిపోనీక యతఁడు చేతిలో పట్టుకొను నని భా.), ఇత్థమ్ పరిచిన్తయన్తీ=ఇట్లు తలపోయుచున్నదై, స్వాపంవిధాతుమ్ అపి హాతుమ్ అపి ప్రపేదే=నిద్రను చేయుటకును (నిద్రపోవుటకును) మానుటకును కడంగినది, (ఈరెండును పరస్పరవిరుద్ధ కార్యము లగుటచేతను రెండును ఈప్సితములై యున్నందునను దేనినిగాని చేయలేక వ్యాకులపడుచుండెనని భా.) నిద్రింపఁగోరుట లజ్జచేత, నిద్రమానఁగోరుట మదనుని చేత, రెండును సమబలములుగా నున్నవి గావున ఈమె మధ్యనాయిక.

ప్రగల్భ.

పతి మాత్ర విషయ కేళి కలా కలాప కోవిదా ప్రగల్భా; వేశ్యాయాంకులటాయాంచ పతిమాత్రవిషయకత్వాభావా న్నాతివ్యాప్తిః;అస్యాస్తుచేష్టారతిప్రీతిరానన్దాత్ సమ్మోహః.

భర్త మాత్రమే విషయముగాఁగల సంభోగ వ్యాపారములయొక్క సమూహమందు నేర్పరి ప్రగల్భ (యనంబడును); వేశ్యయందును కులటా [illegible] ను పతిమాత్రవిషయకత్వము (పతియెడలమాత్రమే [illegible]

ణిని వినియోగించుట యనునియమము) లేనందున (పైలక్షణమునకు) అతి
వ్యాప్తి లేదు (అనఁగా - వేశ్యకు పతియే లేనందునను, స్వైరిణికి జారరతి
యుండుటచేతను వారియం దీలక్షణము ప్రవర్తిల్లదు.); ఈమె యొక్క చేష్ట
అన్నఁ రతిప్రీతియు, రత్యానందము చేత ఒడలు మఱచుటయు.

రతిప్రీతిమతికి ఉదా.

సంస్పృశ్య స్తన, మాకలయ్య వదనం, సంశ్లిష్య కణ్ఠస్థలం
నిష్పీడ్యాధరబిమ్బ, మమ్బర మపాకృష్య, వ్యుదస్యాలకం,
దేవస్యామ్బుజినీపతేః సముదయం జిజ్ఞాసమానే ప్రియే,
వామాక్షీ వసనాఞ్చలైః శ్రవణయో ర్నీలోత్పలం నిహ్నుతే.

ప్రియే = చెలువుఁడు, స్తనం సంస్పృశ్య = కుచమును తాఁకి, వద
నమ్ ఆకలయ్య = (నాయికయొక్క) ముఖమును చక్కఁగాఁ గాంచి
కణ్ఠస్థలం సంశ్లిష్య = కంఠ ప్రదేశమును కవుంగిలించి, అధర బిమ్బం
నిష్పీడ్య = దొండపండువంటి మోవిని చిక్కగా పంటనొక్కి, అమ్బరమ్
అపాకృష్య = వస్త్రమును లాగివైచి, అలకమ్ వ్యుదస్య = ముంగురులను
ఎగఁద్రోచి (ప్రియాముఖము సంపూర్ణముగా తనకు నేత్రోత్సవము చేయు
నట్లుగా దానిమీఁదిముంగురులను ఎగఁద్రోచి), అమ్బుజినీ పతేః దేవస్య
సముదయం జిజ్ఞాసమానే (సతి) = తామరతీఁగకు నాయకుఁడైన వేలుపు
యొక్క (సూర్యునియొక్క) ఉదయమును విచారించుచు (ఉండఁగా)
(సూర్యోదయ మయిన యనంతరము సురతము నిషిద్ధముగాన సూర్యోదయ
మాయెనా యని తెలిసికొన నుండఁగా), వామాక్షీ = సుందర స్త్రీ,
శ్రవణయోః = (తన) చెవులయందలి, నీల ఉత్పలమ్ = నల్ల కలువను
వసన అఞ్చలైః = వస్త్రముయొక్క అంచులతో, నిహ్నుతే = కప్పివైచు
చున్నది. సూర్యోదయమునకు కలువ ముకుళించును గాన అట్లు
ముకుళించిన తన (నాయికయొక్క) యవతంసోత్పలముం గను గొని నాయ

కూడు సంభోగము మాను నని నాయిక యాయుత్పలమును అతని కగపడ నీక దాఁచినది. రతిభంగభయముచేత కలువను దాఁచినది గావున ఈ నాయిక రతిప్రీతిమతి.

సురతానందసమ్మోహవతికి ఉదా.

నఖక్షత మురఃస్థలే, ఽధరతలే రదస్య వ్రణం,
చ్యుతా వకుళమాలికా, విగళితా చ ముక్తావళిః,
రతాన్తసమయే మయా సకల మె తదాలోకితం,
స్మృతిః క్వ చ, రతిః క్వ చ, క్వ చ త వాళి శిక్షావిధిః?

రాత్రి చెలువునితో ఇట్లిట్లు మెలఁగవలసిన దని తన కుపదేశించిన చెలితో నాయిక మఱునాఁడు చెప్పువృత్తాంతము.—హే ఆళి = ఓ చెలీ, మయా = నాచేత, ఉరః స్థలే = వక్షః ప్రదేశమందు (చనుదోయియందు), నఖ క్షతమ్ = (అతని) గోటినొక్కు (లును), అధర తలే = మోవి మీఁద, రదస్య వ్రణమ్ = దంత క్షతము (లును, చ్యుతా వకులమాలికా = జాతీ పోయిన పొగడదండయు, విగళితా ముక్తా ఆవళిః చ = ఊడిపోయిన ముత్యాల పేరు ను, ఏతత్ సకలమ్ = ఇది యెల్ల, రత అన్తసమయే = మదనక్రీడయొక్క కడపటి వేళ, ఆలోకితమ్ = చూడఁబడినది, (క్రీడా కాలమం దన్ననో), స్మృతిః క్వ (చ) = (ఒడలిపై) జ్ఞప్తి యెక్కడిది! రతిః క్వ (చ = క్రీడ యెక్కడిది! తవ శిక్షా విధిః చ క్వ = నీవు నేర్పిన చేత యు ఎక్కడిది! సురతానందపరవశురాల నై ఏమియు నెఱుంగ కుంటి నని భా.

మధ్యాప్రగల్భల యవాంతరభేదములు.

మధ్యాప్రగల్భే మానావస్థాయాం ప్రత్యేకం త్రివిధే -
ధీరా, అధీరా, ధీరాధీరా, చేతి. వ్యఙ్గ్యకోపప్రకాశికా

ధీరా, అవ్యఙ్గ్యకోపప్రకాశికా అధీరా, వ్యఙ్గ్యావ్యఙ్గ్య కోపప్రకాశికా ధీరాధీరా. ఇయాం స్తు విశేషః — మధ్యాయా స్తు ధీరాయాః కోపస్య గీ ర్వ్యఞ్జికా, అధీరాయాః పరుషవాక్, ధీరాధీరాయా వచనరుదితే కోపప్రకాశకే; ప్రౌఢాయా స్తు ధీరాయా రతౌ దాసీన్యమ్, అధీరాయా స్తర్జనతాడనాది, ధీరాధీరాయా రతౌ దాసీన్యం తర్జనతాడనాది చ కోపస్య ప్రకాశకమ్.

మధ్యయు ప్రగల్భయు మాను (ప్రియుని యపరాధమునకు కోపము) దాల్చినప్పుడు ఒక్కొక్కతెయు ముత్తెఱంగులు (అగుదురు) ధీర, అధీర, ధీరాధీర యను నని. (అందు) వ్యంగ్యమయిన (వ్యంగ్యముగా అనఁగా - గుర్తులచేత ఊహించుకోవలసినట్లుగా) కోపమును వెల్లడించు నది ధీర(యనంబడును), స్పష్టకోపప్రకాశిక అధీర (యనంబడును), స్పష్టాస్పష్టకోపప్రకాశిక ధీరాధీర (యనంబడును). అయినను (ఇరువురకును) ఈపాటి విశేషము.— మధ్యధీరయొక్క కోపమును వాక్కు తెల్పును, మధ్యాధీరయొక్క (కోపమును) పరుషవాక్కు (తెలుపును), మధ్యధీరాధీరయొక్క కోపమును వచనరుదితము తెలుపును; ప్రౌఢధీరయొక్క (కోపమును) రతియందు ఆసడ్డయు, ప్రౌఢాధీరయొక్క (కోపమును) బెదరింపులు కొట్టుట లోనగునవియు, ప్రౌఢధీరాధీరయొక్క (కోపమును) రత్యౌదాసీన్యంబును తర్జనతాడనాదికంబులును తెలుపును.

ఏతే ధీరాదిభేదాః స్వీయాయా ఏవ న పరకీయాయా ఇతి ప్రాచీనలేఖన. మాజ్ఞామాత్రమ్; యతో ధీరత్వ మధీరత్వం చ ద్వయం హి మాననియతమ్, పరకీయ

యా శ్చ మాన శ్చేత్ తస్యా అప్యావశ్యకత్వాత్,
మాన శ్చ న పరకీయాయా ఇతి వక్తు మశక్యత్వాత్.

ఈ ధీరాదిభేదములు స్వీయ కే (గాని) పరకీయకు లే వని ప్రాచీనులు వ్రాయుట అజ్ఞానమాత్రము (గాని యుక్తియుక్తము గాదు; ఏలయన—ధీరత్వము అధీరత్వము ఆరెండును నిశ్చయముగా మానముతోడివి, పరకీయకును మానము కల దేని పరకీయకును (ధీరత్వము అధీరత్వము తదుభయము) ఆవశ్యకము లగుటచేతను, మానము పరకీయకు ఉండ దని చెప్ప శక్యము గామిచేతను.

మధ్యాధీరకు ఉదా.

లోలాళిపుఞ్జే వ్రజతో నికుఞ్జే
స్ఫారా బభూవుః శ్రమవారిధారాః,
దేహే సమీహే భవతో విధాతుం
ధీరం సమీరం నళినీదళేన. ౧౨

సంకేతనికుంజమందు అన్యకాంతతో సంభోగ మొంది చెమర్చుచు వచ్చిన నాయకునితో నాయిక పలుకుచున్నది.—లోల అళి పుఞ్జే=తిరుగుచున్న తుమ్మెదల గుంపుగలదైన, నికుఞ్జే = పొదరింటియందు, వ్రజతః = పోవుచున్న, భవతః=నీయొక్క, దేహే=మేనియందు, శ్రమ వారి ధారాః= చెమట నీటి యొడికలు, స్ఫారాః=మిక్కుటములు, బభూవుః = అయినవి, (వానిని ఆర్పుటకు), నళినీ దళేన=తామరాకుతో, ధీరం సమీరమ్ = దట్టమయిన గాలిని, విధాతుమ్=చేయుటకు (అనఁగా నీమేనికి తామరాకువీవనతో చక్కఁగా గాలిని విసరుటకు), సమీహే=కోరుచున్నాను. (నీవు నన్ను వంచించి ఆయింతిని ఇపుడే ఈపొదరింటఁ గూడి వచ్చిన యయోగ్యుఁడవు; ఈచెమట నీకు తత్సంభోగముచేత కలిగినది ఇంకను ఆఱలేదు అని వ్యంగ్యము.) ఇట్లు వక్రోక్తిచే కోపముం దెలిపినది గావున ఈనాయిక మధ్యాధీర.

మధ్యాధీరకు ఉదా.

జాతస్తే నిశి జాగరో, మమ పున ర్నేత్రాంబుజే శోణిమా;
నిష్పీతం భవతా మధు ప్రవితతం, వ్యాఘూర్ణితం మే మనః;
భ్రామ్యద్భృఙ్గఘనే నికుఞ్జభవనే లబ్ధం త్వయా శ్రీఫలం,
పఞ్చేషుః పున రేష మాం హుతవహక్రూరైః శరైః కృన్తతి,

రే యెల్ల అన్యకామినితోఁ గడపి వేఁకువ నింటికి వచ్చిన నాయకుని నాయిక యుపాలంభించుట.—(హే ప్రియ = ఓ వల్లభుఁడా), తే నిశి జాగరో జాతః = నీకు రాత్రి జాగారము కలిగినది (క్షణమయినను వృథా పోనీయక రాత్రి యెల్ల అలదాని పొందునం గడపితివి అని భా.), పునః = ఆశ్చర్యము! మమ నేత్ర అమ్బుజే శోణిమా (జాతః) = తామరవంటి నా కంట ఎఱుపు (గలిగినది); (జాగరము చేసినవారికంట ఎఱుపు గలుగుట న్యాయ్యము గాని ఒకరు జాగరము చేసిన మఱియొకరికంట ఎఱుపు గలుగుట ఆశ్చర్యము గదా. తాను రాత్రి యెల్ల ఏడ్చుచుండుటచే తన కన్నులు ఎఱుపెక్కిన వని గూఢాభిప్రాయము.); భవతా ప్రవితతం మధు నిష్పీతమ్ = నీచే విస్తారమైన సారాయి నిండుగా త్రాగఁబడినది, (పునః = ఆశ్చర్యము), మే మనః వ్యాఘూర్ణితమ్ = నా మనస్సు తబ్బిబ్బుపడుచున్నది, (నీవు చేసిన వంచనవలని దుఃఖముచేత నని గూఢాభిప్రాయము.); భ్రామ్యత్ భృఙ్గఘనే నికుఞ్జభవనే త్వయా శ్రీఫలం లబ్ధమ్ = సుడిదిరుగుచున్న తుమ్మెదలచే దట్టమయిన పొదరింట నీచేత మారేడుఁబండు (అలదానికుచము) పొందఁబడినది, (పునః = ఆశ్చర్యము), ఏష పఞ్చేషుః మాం హుతవహక్రూరైః శరైః కృన్తతి = ఈ యైదుబాణములవాఁడు (మన్మథుఁడు) నన్ను అగ్నివలె కఠోరములయిన (కాల్చునవైన) బాణములతో చెక్కాడుచున్నాఁడు; [ఆ మారేడుఁబండ్లతోఁటకు కాపరియైన యాబోయ (మగఁడు) పండు దొంగిలిన నిన్ను మాని నిరపరాధను నన్ను దండించుట ఆశ్చర్య

మని భా.; నీ విట్టి ధూర్తుఁడవై నను నీకై నేను మరుబారిం బడుచున్నాను అనియు భా.] పరుషవాక్కుచేత మధ్యాధీర.

మధ్యధీరాధీరకు ఉదా.

'కాన్తానురాగచతురోఽసి, మనోహరోఽసి,
నాథోఽసి, కిం చ నవయౌవనభూషితోఽసి,'—
ఇత్థం నిగద్య సుదృశా వదనే ప్రియస్య
నిశ్శ్వస్య బాష్పలులితా నిహితా దృగన్తాః. ౧౪

కాన్తా అనురాగ చతురః అసి= కాంతలను వలపించుటయందు నేర్పరివి అగుదువు, మనోహరః అసి = మనస్సును హరించువాఁడవు (- రూపసంపద గలాఁడవు) అగుదువు, నాథః అసి = భర్తవు, కించ = ఇంతియుగాక, నవ యౌవన భూషితః అసి = క్రొత్త జవ్వనముచేత అలంకరింపఁబడినవాఁడవు అగుదువు; ఇత్థం నిగద్య=ఇట్లని పల్కి, సుదృశా = అందమయిన కన్నులుగల యాచెలువచేత, నిశ్వస్య = నిట్టూర్పుపుచ్చి, ప్రియస్య వదనే = ప్రియుని మోమునందు, బాష్ప లులితాః దృగన్తాః నిహితాః = కన్నీళ్ళచే క్రమ్మఁబడిన కటాక్షములు నిగుడ్పఁబడినవి (ఆచెలువ...కటాక్షములను నిగిడ్చెను - ఆచెలువ...కడగంట చూచెను.) ఆయింతి నీ రూపయౌవన సంపదలకు నిన్ను వలచినది, నీవును దానిని కోరి వలపించి పొందితివి. యుష్మద్రూప మయిన నాభాగ్యమును ఆగుబ్బెతపాలు సేసిన వంచకుఁడవు.'-అను నభిప్రాయముగల యీవక్రోక్తిచేతను అనంతరోక్త నిశ్వాసబాష్పములచేతను నాయిక మధ్యధీరాధీర.

ప్రగల్భధీరకు ఉదా.

నో తల్పం భజసే, న జల్పసి సుధా
ధారానుకారా గిరో,
దృక్పాతం కురుషే న వా పరిజనే
కోపప్రకాశచ్ఛలాత్,

ఇత్థం కైతకగర్భగౌరి దయితే
కోపస్య సంగోపనం
తత్ స్యాదేవ, న చేత్ కుతః సహచరీ
కుర్వీత సాచిస్మితమ్ ? ౧౫

అలిగిననాయికను సాపరాధుఁడు నాయకుఁడు ఓదార్చుట.—కైతక గర్భ గాత్రి = గేదంగిపువ్వుయొక్క లోనైపువంటి మేనుగలదానా, దయితే = ప్రేయసీ, పరిజనే కోప ప్రకాశ ఛలాత్ = సేవకులమీఁద కోపము(యొక్క) చూపుటయనుమిషచేత, తల్పం నో భజసే = పాన్పునకు రా కున్నావు, సుధా ధారానుకారాః గిరః న జల్పసి=అమృతంపు జాలును పోలునట్టి మాటలను పలుకవు, దృక్ పాతం వా న కురుషే = చూపుయొక్క వేయుట నైనను చేయవు, (నన్ను పాన్పునం గూడవుగదా, పలుకరింపనైనఁ బలుకరింపవు, తుదకు చూడనైనను చూడవు.), ఇత్థం తత్ కోపస్య సంగోపనమ్ స్యాత్ ఏవ = ఇట్లు అది (పూర్వోక్తవర్తనము) (నామీఁది) కోపమును దాఁచుట యే యగును, న చేత్ కుతః సహచరీ సాచిస్మితం కుర్వీత = కాదేని ఏల (నీ) చెలి ఓరమొగమై చిఱునగవు నవ్వును ? పాన్పు చేరమి రత్యౌదాసీన్యముచేతఁ గావున నాయిక ప్రౌఢధీర.

ప్రౌఢాధీరకు ఉదా.

ప్రతిఫలన మవేక్ష్య స్వీయ మిన్దోః కలాయాం
హరశిరసి పరస్యా వాస మాశఙ్కమానా
గిరిశ మచలకన్యా తర్జయామాస కమ్ప్ర
ప్రచలవలయవల్గత్కాన్తిభాజా కరేణ. ౧౬

అచలకన్యా = పార్వతి, ఇన్దోః కలాయామ్ = (శివునితలమీఁది) జాబిల్లి రేఖయందు, స్వీయం ప్రతిఫలనమ్ అవేక్ష్య = (చంద్రుఁడు అద్దము

వలె స్వచ్ఛుఁడు గావున) తనదైన ప్రతిబింబమును చూచి, హర శిరసి పరస్యాః వాసమ్ ఆశఙ్కమానా = శివుని తలయందు మఱియొకతెయొక్క ఉనికిని ఊహించినదై (-మఱియొకతె కల దని తలంచినదై), గిరిశమ్ = శివుని, కమ్ప్ర ప్రచల వలయ వల్గత్ కాన్తి భాజా కరేణ = (చేతి) చలనముచే కదలుచున్న గాజులనుండి దుముకుచున్న కాంతిని పొందిన (కాంతి గలదైన) చేతితో, తర్జయామాస = బెదరించెను. తర్జనముచే నాయిక ప్రగల్భాధీర.

ప్రగల్భధీరాధీరకు ఉదా.

తల్పోపాన్తముపేయుషి ప్రియతమే వక్రీకృతగ్రీవయా
కాకువ్యాకులవాచి సాచిహసితస్ఫూర్జత్కపోలశ్రియా
హస్తన్యస్తకరే పునర్మృగదృశా లాక్షారసక్షాళిత
ప్రోష్ఠీపృష్ఠమయూఖమాంసలరుచో విస్ఫారితా దృష్టయః.

(ఇట కర్మార్థకప్రయోగమున ఆంధ్రభాషామర్యాదానుసారమున కర్త్రర్థప్రయోగముచే వివరించెద.) మృగదృశా = సుందరి, ప్రియతమే తల్ప ఉపాన్తమ్ ఉపేయుషి (సతి) = (సాపరాధుఁడైన) ప్రియతముఁడు పానుపు చెంతకు వచ్చినవాఁడు (కాఁగా), (అవంచకుని చూడ నొల్లక), వక్రీకృత గ్రీవయా (సత్యా) = పెడమొగము సేయఁబడిన మెడగలదై, కాకు వ్యాకుల వాచి (సతి) = (అతఁడు) స్వరవికారముతో (గద్గదస్వరముతో) కూడుకొన్న తొట్రుపడుచున్న మాటలుకలవాఁడు (కాఁగా) (-మాటలు పలుకఁగా), సాచి హసిత స్ఫూర్జత్ కపోల శ్రియా (సత్యా) = వంకర నవ్వుచేత ఉబ్బుచున్న చెక్కుల కాంతిగలదై, పునః = మఱియు, (ఆ నవ్వుచే మన్నించిన దని తలఁచినవాఁడై), లాక్షా రస క్షాళిత ప్రోష్ఠీ పృష్ఠ మయూఖ మాంసల రుచః దృష్టయః విస్ఫారితాః = లత్తుక రసముతో కడుగఁబడిన పెంటిచేఁపయొక్క వెన్నుయొక్క వెలుఁగులచే బలి

సిన కాంతిగలవైన చూపులను (కోపారుణవీక్షణములను) నిగిడ్చినది, పెడమొగము రత్యౌదాసీన్యముచేత, కన్ను లెఱ్ఱచేయుట బెదరింపు, కాన ప్రగల్భధీరాధీర.

ధీరాదిభేదములకు అవాంతరవిభాగము.

ఏతే ధీరాదిభేదాః ష ట్చ జ్యేష్ఠా కనిష్ఠా భేదా ద్ద్వివిధాః. పరిణీతత్వే సతి భ ర్తు రధికస్నేహా జ్యేష్ఠా, భ ర్తు ర్న్యూనస్నేహా కనిష్ఠా. భ ర్తు రధికస్నేహాసు న్యూనస్నేహాసు పరకీయాసు సామాన్యవనితాసు చ నాతివ్యా ప్తిః, పరిణీతపదేన వ్యావ ర్తనాత్.

ఈధీరాదిభేదములు ఆఱును జ్యేష్ఠయు కనిష్ఠయు ననుభేదముచే రెండేసి (అగును). వివాహితయై పతియొక్క అధికస్నేహమునకు పాత్రమగునది జ్యేష్ఠ, (వివాహితయై) పతియొక్క అల్పస్నేహమునకు పాత్రమగునది కనిష్ఠ. పతియొక్క అధికస్నేహమునకును అల్పస్నేహమునకును పాత్రము లగుపరకీయాసామాన్యవనితలకు (ఈలక్షణము) చెల్లదు; పరిణీతపదముచే వారిని తొలఁగించుటవలన. [పరకీయాపదస్వారస్యముచే, ఎవనికైనతె పరకీయనాయికయో వానిచే నది పరిణీత కానందున వానివిషయమై ఆయింతికి ఈలక్షణము చెల్లదు. సామాన్యకు పరిణయము లేనేలేదు గదా.]

జ్యేష్ఠధీరకును కనిష్ఠధీరకును ఉదా.

ఏకస్మిన్ శయనే సరోరుహదృశో
ర్విజ్ఞాయ నిద్రాం, తయో
రేకాం పల్లవితావగుణ్ఠనపటా
ముత్కన్ధరో దృష్టవాన్;

అన్యస్యాః సవిధం సమేత్య నిభృతం
వ్యాలోలహస్తాఙ్గులి
వ్యాపారై ర్వసనాఞ్చలం చపలయన్
స్వాపచ్యుతిం క్షిప్తవాన్. ౧౮

(నాయకుఁడు) ఏకస్మిన్ శయనే సరోరుహ దృశోః నిద్రాం విజ్ఞాయ = ఒక పడకయందే కమల నేత్రలిరువురయొక్కయు నిద్ర నెఱింగి (తన తామరసాక్షు లిరువురును ఏకశయ్యాగతలై నిద్రించుచున్నా రని తెలిసికొన్నవాఁడై), ఉత్ కన్ధరః = నిగిడిన మెడకలవాఁడై (తన మెడ యెత్తి), పల్లవిత అవగుణ్ఠన పటామ్ ఏకాం దృష్టవాన్ = చిగిర్చిన దుప్పటి వలువ (కలదానిని) ఒకతెను చూచినవాఁడై (అయిరువురలో నొకతె ఒడలంతయు దుప్పటి కప్పుకొని నిద్రించుచుండుటం గాంచినవాఁడై), అన్యస్యాః సవిధం నిభృతం సమేత్య = రెండవదాని చెంతకు నిశ్శబ్దముగా వచ్చి, వ్యాలోలహస్త అఙ్గులి వ్యాపారైః = చలించుచున్న చేతి వ్రేళ్ళయొక్క చేష్టితములచేత, వసన అఞ్చలం చపలయన్ = వస్త్రముయొక్క అంచును కదలించుచు, స్వాప చ్యుతిం క్షిప్తవాన్ = నిద్రయొక్క విరామమును కావించినవాఁడాయెను. నాయకుఁడు జ్యేష్ఠకై వచ్చినాఁడు. 'పల్లవిత' - ఆ నాయికలలో జ్యేష్ఠ మొగమును కప్పుకొనందున ఆమెను తెలిసికొన్నాఁడు. 'నిభృతమ్' - నిశ్శబ్దముగా మేలుకొల్పుట కనిష్ఠకు మెలఁకువ రాకుండుటకు, మాటచే పిలువమియు అందులకే. నాయికలిరువురును సవతిపోరు మాని ఏకశయ్యాగత అగుట నాయకునిపై ఇరువురును అలిగి రత్యౌదాసీన్యము వహించుటవలన, కావున ఇరువురును ప్రౌఢ ధీరలు. అందు ముసుంగు వైచికొన్నదానిని రత్యర్థమై లేపమిచే అది కనిష్ఠ, రెండవదానిని రతికై లేపినందున అది జ్యేష్ఠ.

జ్యేష్ఠాధీరకును కనిష్ఠాధీరకును ఉదా.

అన్తఃకోపకషాయితే ప్రియతమే పశ్యన్ ఘనే కాననే
పుష్పస్యాపచయాయ నమ్రవదనా మేకాం సమాయోజయన్
అర్ధోన్మీలితలోచనాఞ్చలచమత్కారాభిరామాననాం
స్మేరార్ధాధరపల్లవాం నవవధూ మన్యాం సమాలిఙ్గతి. ౧౯

అన్తః కోప కషాయితే ప్రియతమే పశ్యన్ (సన్) = మనస్సులో అలుకచేత కలఁగిన ప్రేయసుల నిరువురను చూచినవాఁడై, ఘనే కాననే = దట్టమైన (యుద్యాన) వనములో, ఏకామ్ = (ఆయిరువురలో) నొకతెను, నమ్ర వదనామ్ = (కోపముచే మోము వంచుకొనియున్నదానిని, పుష్పస్య అపచయాయ సమాయోజయన్ (సన్) పువ్వులయొక్క ('పుష్పస్య' అని జాత్యేకవచనము) కోఁతకు (మంచిమాట లాడి) తగిలించినవాఁడై, అర్ధ ఉన్మీలిత లోచన అఞ్చల చమత్కార అభిరామ ఆననామ్ = సగము తెఱవఁబడిన కన్నుఁగొనల విలాసములచే మనోహరమైన ముఖముగలది యు, స్మేర అర్ధ అధర పల్లవామ్ = నవ్వుచున్న సగము మోవి చిగురు గలదియు (నైన), అన్యామ్ = రెండవదానిని, నవోఢామ్ = నవోఢను, సమాలిఙ్గతి = కవుంగిలించుకొనుచున్నాఁడు.

నాయకుఁడు ప్రథమను పువ్వులు కోయుచుండు మనుట కాని రెండవదానికడకు సురుగుటకు. కాననము 'ఘన' మయినందున రెండవ దాని యాలింగనమును మొదటిది చూడఁజాలఁదాయెను. ఆలింగనమునకు ప్రేమాతిశయము కారణము గావున, రెండవది జ్యేష్ఠ, మొదటిది కనిష్ఠ, ఇట పురుషవచనాదికము ప్రత్యక్షము లేదుగాని సులువుగా కోపశాంతి నొందినందున ఈనాయికల యధీరతయుం దానిచేత పరుషవచనాదికమును ఊహనీయము.

జ్యేష్ఠధీరాధీరకును కనిష్ఠధీరాధీరకును ఉదా.

ధైర్యాధైర్యపరిగ్రహగ్రహిలయో రేణీదృశోః ప్రీతయే
రత్నద్వంద్వ మనన్తకాన్తిరుచిరం ముష్టిద్వయే న్యస్తవాన్,
ఏకస్యాః కలయన్ కరే ప్రథమతో రత్నం పరస్యాః ప్రియో
హస్తాహస్తిమిషాత్ స్పృశన్ కుచతటీ మానన్ద మావిన్దతి.

ప్రియః = వల్లభుఁడు, ధైర్య అధైర్య పరిగ్రహ గ్రహిలయోః ఏణీ దృశోః ప్రీతయే = ధైర్యము అధైర్యము అనువానియొక్క (ధైర్యాధైర్యములను) పూనుటయందు పట్టుదలగలవారైన హరిణీ లోచనల యొక్క సంతుష్టికొఱకు (-హరిణీలోచనలను రంజించుటకు), అనన్త కాన్తి రుచిరం రత్న ద్వయం ముష్టి ద్వయే న్యస్తవాన్ = తుదలేని జిగిచే ఒప్పిదమయిన మణుల జంటను తన పిడికిళ్ల జంటలో (ఒక్కొక్కమణి నొక్కొక్క పిడికిటఁ ఉంచుకొన్నవాఁడై, ప్రథమతః ఏకస్యాః కరే ఏకం రత్నం కలయన్ = మొదట ఒకతె చేతియందు ఒక మణిని ఉంచి, పరస్యాః కుచ తటీం హస్తాహస్తిమిషాత్ స్పృశన్ = రెండవదానియొక్క చనుగట్టును చేతిచేతి (తాను ఆమెతో తనచేతితోను, ఆమె తనతో ఆమె చేతితోను) పెనఁకువ నెపమున తాఁకుచు, ఆనన్దమ్ ఆవిన్దతి = హర్షము పొందుచున్నాఁడు. మణిని మాత్రము పొందినది కనిష్ఠ, ఆలింగనము పొందినది జ్యేష్ఠ.

ఇతి స్వీయానిరూపణమ్.

(ఇతి = ముగిసినది.)

పరకీయానిరూపణమ్.

అప్రకటపరపురుషానురాగా పరకీయా. సా చ ద్వివిధా పరోఢా కన్యకా చ. కన్యాయాః పిత్రాద్యధీనతయా పరకీయతా; అస్యా గుప్తైవ చేష్టా.

(ఇతరులకు) తెలియకుండ జారునియం దనురాగముగలది పరకీయ. అది యు నిరుదెఱంగులు - పరోఢ (జారునికన్న నన్యునిచే పెండ్లియాడఁబడినది) కన్యయు (నని). కన్యకు (నాయకునికంటె పరులగువ) తండ్రిలోనగువారి వశమందుండుటచేత పరకీయత. దీనిచేష్ట (జారునికన్న ఇతరులకు తెలియనిదిగానే యుండును.

పరోఢా యథా.

అయం రేవాకుఞ్జః కుసుమశరసేవాసముచితః,
సమీరో ఽయం వేలావనవిదళదేలాపరిమళః,
ఇయం ప్రావృడ్ధన్యా నవజలదవిన్యాసచతురా,
పరాయత్తం చిత్తం సఖి కిమపి కర్తుం మృగయతే.

సఖి = ఓచెలీ, అయమ్ రేవా కుఞ్జః = ఈ నర్మద పొద (నర్మదయొడ్డున నున్న యీపొదరిల్లు), కుసుమ శర సేవా సముచితః = పూవుటమ్ములవాని కొలువునకు (కామకేళికి) మిక్కిలి యనుకూలము (గానున్నది (లోపలివృత్తాంతము వెలుపలికి తెలియనట్లు దట్టముగా నుండుటచేత నని భా.); అయం సమీరః = ఈ గాలి, వేలా వన విదళత్ ఏలా పరిమళః (నర్మద) గట్టునందలి యడవియందు విరియుచున్న ఏలకికాయలయొక్క సుగంధముగలది (వేలా అనుటచే శైత్యము సూచిత మయినది. గాలి చల్లగా పరిమళించుచు మిక్కిలి ఆహ్లాదకరముగా వీచుచున్న దని భా.); ఇయం ప్రావృట్ ధన్యా నవ జలద విన్యాస చతురా = ఈ వర్షర్తువు పుణ్య

వంతము క్రొత్తమేఘముల రచనయందు సేర్పరి (ధన్య యనుటచే ఉపకారి యనియు అందుచేత కామోద్దీపన మొనర్చి దీని యుపపతిని దీనికడకు ప్రేరేపించు ననియు భా. ; చిత్తం పరాయత్త (సత్) = (నా) మనస్సు అన్యాధీన మై (ఉపపత్యధీన మై), కి మపి కర్తుం మృగయతే = ఏమో (చేయుటకు) కోరుచున్నది ఆచెలువునితో కామక్రీడలం దేలుటకు అభిల షించుచున్నది.) పోయి వానిం దోడి తెమ్ము అని భా.

గుప్తాదులు.

గుప్తా విదగ్ధా లక్షితా కులటాఽనుశయానా ముదితా
ప్రభృతీనాం పరకీయాయా మే వాన్తర్భావః.

గుప్త, విదగ్ధ, లక్షిత, కులట, అనుశయాన, ముదిత - లోనగు వారు పరకీయయందే చేరుదురు. (లోనగువారు=పతివంచికయు, సాహసికయు.) [తనజంకును దాఁచునది గుప్త. జంకుఁదనమందు సేర్పరి విదగ్ధ, ఎల్లని సఖ్యాదులచేత కనిపట్టఁబడిన జంకుగలది లక్షిత, జారులకై వారియిండ్లకు సంచరించు నది కులట, కోర్కె నెఱవేఱమియు చెఱుపు గల్గుటయును కారణములుగా దుఃఖించునది అనుశయాన, కోర్కె నెఱవేఱుటచే హర్షించుచుండునది ముదిత.]

గుప్తా త్రివిధా—వృత్తసురతగోపనా, వర్తిష్యమాణ సురతగోపనా, వృత్తవర్తిష్యమాణసురతగోపనా చేతి.

(అందు) గుప్త మూఁడు తెఱఁగులు గలది-జరిగినసురతమును దాఁచు నది, జరుగఁబోవు సురతమును దాఁచునది, ఉభయసురతములను దాఁచు నదియు, నని.

త్రివిధా యథా.

శ్వశ్రూః క్రుధ్యతు విద్విషన్తు సుహృదో
నిన్దన్తు వా యాతర,

స్తస్మిన్ కిం తు న మన్దిరే సఖి పునః
స్స్వాపో విధేయో మయా;
ఆఖో ర్యాక్రమణాయ కోణకుహరా
దుత్ఫాల మాతన్వతీ
మార్జారీ నఖరైః ఖరైః కృతవతీ
కాం కాం న మే దుర్దశామ్. ౨౨

సఖి = ఓచెలీ, శ్వశ్రూః క్రుధ్యతు = అత్త కోపగించును గాక, సుహృదః విద్విషన్తు = చెలులు ద్వేషింతురు గాక, యాతరః వా నిన్దన్తు = తోడికోడండ్రు నన్ను దూఱుదురు గాక, కిం తు = ఏమనవలెనంగా, పునః తస్మిన్ మన్దిరే మయా స్వాపః న విధేయః = ఇక అ యింట నాచే నిద్ర చేయశక్యము కాదు (ఇకను అయింట పరుండఁజాలను); (ఏల యనః—) ఆఖోః ఆక్రమణాయ కోణ కుహరాత్ ఉత్ఫాలమ్ ఆతన్వతీ మార్జారీ ఖరైః నఖరైః మే కాం కాం దుర్దశాం న కృతవతీ = ఎలుక యొక్క (ఎలుకను) ఆక్రమించుటకై మూలలోని బొఱ్ఱనుండి దాటు (ఉఱుకు) వైచుచు ఉండు బిల్లి వాఁడి గోళ్ళతో నాకు ఏమి యేమి దుర వస్థను (గాయములను) చేసినది గాదు! (మిక్కిలి గాయములు చేసిన దని యర్థము.) ఇందు జారునివలని నఖక్షతములను పిల్లిగోళ్ళవలని గాయములనుగా బొంకుటచేత వృత్తసురతగోపనము. మఱియొకయింటఁ బరుండుట జారార్థమైయుండఁగా పిల్లిభయముచేత నని బొంకుటచే వక్ష్యమాణసురతగోపనము. అవియే యుభయసురతగోపనము.

విదగ్ధా ద్వివిధా - వాగ్విదగ్ధా, క్రియావిదగ్ధా చేతి.

విదగ్ధ యిరుదెఱంగులది - వాగ్విదగ్ధ, క్రియావిదగ్ధయు, నని.

వాగ్విదగ్ధా యథా.

నిబిడతమ తమాల మల్లి వల్లీ
విచకిల రాజి విరాజి తోపకణ్ఠే
పథిక సముచిత స్తవాతితీవ్రే
సవితరి తత్ర సరిత్తటే నివాసః. ౨౩

ఒకానొకతె బాటసారికి సంభోగేచ్ఛవై - దయామాత్రము చే మిడిరెండవేళకుఁ దగినయునికిపట్టును చెప్పిన దని ఇతరులు భ్రమపడునట్లుగా - సంకేతస్థానమును సూచించుచున్నది.—పథిక = ఓయి బాటసారీ, సవితరి అతి తీవ్రే సతి = సూర్యుఁడు మిక్కిలి వేఁడి కాఁగా (ఎండ దుస్సహమైనప్పుడు), తవ = నీకు, నిబి...కణ్ఠే = మిక్కిలి దట్టమయిన చీఁకటి మ్రాఁకులు మల్లె తీఁగలు సన్న మల్లెలు (- వీని) వరుసలచేత అలంకరింపఁబడిన ప్రాంతముగలదైన, తత్ర = అల్లదిగో ఆ, సరిత్ తటే = ఏటిగట్టున, నివాసః సముచితః = ఉనికి మంచిది. 'నిబిడతమము' గావున (1) చలువ యెక్కువ, (2) అంద లికామక్రీడ బయటికగపడదు. 'తమాల' - పట్టపగలే అయినను చీఁకటిచెట్లు చీఁకటిచేత రాత్రివలె నుండును గాన (1) నిద్రకును (2) సురతములకును అనుకూలము. మల్ల్యాదిక పరిమళము (1) విశ్రాంతికిని (2) కామక్రీడలకును అనుకూలము. సరిత్తటము - విజనముగాన (1) విశ్రమమునకును (2) సురతమునకును అనుకూలము. ఇట మాటనేర్పు స్పష్టమే.

క్రియావిదగ్ధా యథా.

దాసాయ భవననాథే బదరీ మపనేతు మాదిశతి,
హేమన్తే హారిణాక్షీ పయసి కుఠారం వినిక్షిపతి. ౨౪

భవన నాథే = గృహ పతి, బదరీమ్ అపనేతుమ్ = రేఁగును కొట్టివైచుటకు (రేఁగుఁజెట్టును కొట్టివైవు మని), దాసాయ ఆదిశతి (సతి) =

సేవకునికి ఆజ్ఞాపింపఁగా, హరిణాక్షీ = లేడికన్నులవంటి కన్నులుఁగల య
చెలువ, హేమన్తే = హేమంతఋతువునందు, కుఠారం పయసి వినిక్షిపతి
గొడ్డటిని నీటిలో వైచుచున్నది. హేమంత మగుటవలన ఎక్కు
చలిచేత బావినీళ్లలోనికి దిగి గొడ్డటి నెత్తుట శక్యము గాదు. ఆహరిణా
లేఁగుఁజెట్టుక్రింద నిత్యము జారునిపొందునం దేలుచు అతనివలనఁ గలి
నఖక్షతాదికమును లేఁగుకంపవలని గాయములనుగా భ్రాంతి చుండుట
గృహపతి లేఁగును కొట్టివైవ నాజ్ఞ చేసినాఁ డని యూహ్యము. గొడ్డ
లేక ఆపని నెఱవేఱదు గావున నాయిక గొడ్డటిని తన సంకేతస్థలమును
భంగ మగు ననుభయముచేత అలభ్య మొనర్చిన దని భా. ఇట ఇక
అను వంచించి తనకౌర్యమును నెఱవేర్చుకొను నేర్పును వాక్కుచేఁ గా
గొడ్డటిని నీట వైచుట యనుక్రియచేతఁ జూపినది గావున నాయిక క్రియ
విదగ్ధ.

లక్షితా యథా.

యద్భూతం తద్భూతం,
యద్భూయాత్ తదపి వా భూయాత్,
యద్భవతి తద్భవతు వా,
విఫల స్తవ కోఽపి గోపనాయాసః.

జరిగిన జారరతము జరుగనే జరిగినది, అంగుళ్ల యేమి కానున్న
సహింపవలసినదే. ఏజారరతము ఇపుడు జరుగుచున్నదో (ఒకరికి భయపడి
దానిని మానుకొనేల ? నీ వెంతకష్టపడి దాఁచినను నీజారసంపర్క
నాకు తెలియనే తెలిసినది. దీనిగుట్టును సఖి కనిపెట్టినందున
లక్షిత.

కులటా యథా.

ఏతే వారికణాన్ కిర న్తి పురుషాన్
వర్ష న్తి నామ్భోధరాః,

శైలాః శాద్వల ముద్వమన్తి న సృజ
న్త్యేతే పున ర్నాయకాన్,
త్రైలోక్యే తరవః ఫలాని సువతే
నైవారభన్తే విటాన్,
ధాతః కాతర మాలపామి, కులటా
హేతో స్త్వయా కిం కృతమ్. ౨౫

చెడిప బ్రహ్మతో మొఱ్ఱపెట్టుకొనుచున్నది,—(హే) ధాతః = ఓ బ్రహ్మదేవుఁడా, ఏతే అమ్భోధరాః వారి కణాన్ కిరన్తి పురుషాన్ న వర్షన్తి = ఈ మేఘములు నీటి చినుకులను రాల్చుచున్నవి (గాని) (చినుకులకు మాఱుగా ఆచినుకు లెన్నియో అందఱను) మగవాండ్రను కురియవు, ఏతే శైలాః శాద్వలమ్ ఉద్వమన్తి నాయకాన్ పునః న సృజన్తి= ఈ కొండలు గఱికబీళ్లను వెడలఁగ్రక్కుచున్నవి (ఆగఱిక పోఁచలకు బదులు అవెన్నియో అందఱను) నాయకుల నన్ననో పుట్టింపవు, త్రైలోక్యే తరవః ఫలాని సువతే విటాన్ న ఆరభన్తే ఏవ = (అయ్యో) ముజ్జగమందును చెట్లు కాయలను ఈనుచున్నవిగాని (ఆకాయలకు బదులుగా ఆకాయ లెన్నియో అందఱను) ఱంకుమగలను ఈన వాయెను, కృపణమ్ ఆలపామి = దీనముగా మొఱ్ఱపెట్టుకొనుచున్నాను; (చెప్పుము మఱి), త్వయా కులటా హేతోః కిం కృతమ్ = నీవు కులటల నిమిత్తము ఏమి చేసితివి (ఏమియు చేయవైతి వనుట). (నీకు కులటలపై జాలియేని ఈ మేఘాదులు వర్షబింద్వాదికములకు బదులుగా తత్తత్సమసంఖ్యగా మిండగాండ్రను ఈనునట్లు చేయుదువు, జాలి లేనందున అట్లు చేయవైతివి, అని తాత్పర్యము). బహువిటసురతాభిలాషను తెల్పుటచేత నాయిక కులట.

అనుశయానా.

వర్తమానస్థానవిఘటనేన, భావిస్థానాభావశఙ్కయా, స్వానధిష్ఠితసఙ్కేతస్థలం ప్రతి భర్తుర్గమనానుమానేన చ, అనుశయానా త్రివిధా.

తత్కాలపు సంకేతస్థానమునకు భంగము కల్గుటచేతను, భవిష్యత్కాలమున సంకేతస్థానము దొరకదనుభయముచేతను, సంకేతస్థలమునకు తాను పోక భర్తమాత్రము పోయె ననునూహచేతను, అనుశయాన (=పశ్చాత్తాపపడునది) ముత్తెఱఁగులు అగును.

వర్తమానస్థానవిఘటనేన అనుశయానా యథా.

సముపాగతవతి చైత్రే,
విగళతి పత్త్రే లవఙ్గలతికాయాః,
సుదృశః కపోలపాలీ
శివ శివ! తాలీ దళ ద్యుతిం లేభే. ౨౬

చైత్రే సముపాగతవతి (సతి) = చైత్రమాసము రాఁగా (వసంతకాలము కాఁగా), లవఙ్గలతికాయాః పత్త్రే (జాత్యేకవచనము) విగళతి (సతి) = లవంగపుఁ దీఁగ (యింటి) యొక్క ఆకులు రాలిపోవుచుండఁగా (లవంగకుంజము సంకేతస్థలము, ఆకులు రాలిపోవుటచేత అది బయలై సంకేతానర్హ మాయెను. కావున), సుదృశః... లేభే = సుందరియొక్క చెక్కిళ్ల ప్రదేశము అయ్యో పాపము! తాటియాకు వన్నెను పొందెను (ఉన్న సంకేతము భగ్నమాయె నను దుఃఖముచేత వెలవెలంబాఱె నని భా. కేతకీదళమును చెప్పక తాళీదళమును చెప్పుటచే సాంప్రదాయికగానని భా.)

భావిస్థానాభావశఙ్కయాఽనుశయానా యథా,

నిద్రాలు కేకి మిథునాని కపోత పోత
వ్యాధూత నూతన మహీరుహ పల్లవాని

తత్రాఽపి తన్వి న వనాని కియన్తి సన్తి?
ఖిద్యస్వ మా ప్రియతమస్య గృహం ప్రయాహి. ౨౮

పుట్టినింటనే యుండి జారసురతముల నోలలాడుచున్నదై భర్త యింటికి పోనొల్లని నాయికతో సఖి చెప్పుచున్నది.—(హే) తన్వి ప్రియతమస్య గృహం ప్రయాహి మా ఖిద్యస్వ = (ఓ) చెలువా (నీ) ప్రియతముని యింటికి పొమ్ము ఖేదపడకుము; తత్రాపి=అచ్చటసయితము, నిద్రా...నాని = నిద్రించుచుండు నెమలి జంటలుగలవియు, కపో...వాని = పావురపు శిశువులచేత మిక్కిలి కదపఁబడిన క్రొత్త వృక్షంపుఁ జిగుళ్లుగలవియు, (అయిన), వనాని కియన్తి న సన్తి = అడవులు ఎన్ని లేవు? (అనేకములు గలవని భా.) సఖీ, వగవక పతియింటికి పొమ్ము, ఈజారుఁడటకే వచ్చును. అటను సంకేతార్హము లయినవనప్రదేశములు కలవు; అందతనిం గూడ వచ్చును. పైగా భర్తయింట తాంబూలగంధమాల్యాద్యనుభవమున కును జారునిచే గర్భమయినచో దానికిని ఆక్షేప ముండదు.—అని తాత్పర్యము.

'ప్రయాహి' - అనుటచే నీవు పోవుచోటికి నీజారుఁడు వచ్చు నని భా. ప్రియతముఁడు కానిపతిని 'ప్రియతముఁ డ'నుట జారానురక్తి యనునట్టు బయటఁబడకుండుట. 'నిద్రాళు'-అనుట ఆతావుల జన సంచార ముండదు గాన నవి సంకేతార్హము లని తెలుపుటకు. 'మిథున ములను' చెప్పుటచే దర్శనీయవస్తుయుక్తము లనియు, మిథునకర్మోచిత స్థలము లనియు, నీవును జారునితో నచట సుఖింపవచ్చు ననియు, భా. 'కపోతములను' చెప్పుటచేత మణితధ్వనిసదృశధ్వని సేయుకపోతములు మణితములకై యుత్సాహము పుట్టించుననియు, నీ వచట రతులం దేలు సమయమందు ఎవరేని ఒకవేళ అచెంతకు వచ్చినను పావురములగుబాళిం పులో నీమణితములను వివేచింప నేరనందున నీయునికి నూహింప రనియు,

భా. నాయికయొక్క భావిసంకేతస్థానాభావశంక సఖి పల్కిన యీయుపదేశముచే తెలియుచున్నది.

తృతీయా యథా.

కర్ణ కల్పిత రసాల మఞ్జరీ
పిఞ్జరీకృత కపోల మణ్డలః
నిష్పత న్నయనవారి ధారయా
రాధయా మురరిపు ర్నిరీక్ష్యతే. 29

నిష్ప...రాధయా = ఉరలుచున్న కన్నీళ్ల ధారలుగలదైన రాధ చేత, కర్ణ...ణ్డలః = చెవియందుఁ దాల్పఁబడిన తీయమావి పూగుత్తిచే యెఱుపు పసుపువన్నెగలదిగాఁ జేయఁబడిన చెక్కిలియొక్క ప్రదేశముగలవాఁడైన, మురరిపుః = మురాసుర సంహర్త శ్రీకృష్ణుఁడు నిరీక్ష్యతే = చూడఁబడుచున్నాఁడు. రాధకు శ్రీకృష్ణులవారి చెవియందలి రసాలమంజరిం గనఁగానే ధారలు ధారలుగా కన్నీరుప్పతిల్లెనని యర్థము. రసాలతలము సంకేతస్థానము. రసాలమంజరిం గనఁగానే రాధకు శ్రీకృష్ణులవారు ఆసంకేతస్థానమునకు తనకన్న పోయి యాట చిరము చేచి తా నిప్పటికిని రానందున తా మటకుపోయి యందులకు గుర్తుగా ఆరసాలంపుమంజరిని చెవిని ధరించి వచ్చినారని తెలిసి 'అయ్యో నే నటకు పోక చెడితిఁ గదా' అని దుఃఖమాయెనని భా. సంకేతస్థలమునకు గారుఁడు పోయియు తాను పోనందులకు దుఃఖించుచున్నది గావున నిట రాధ మూఁడవ యనుశయాన.

ముదితా యథా.

గోష్ఠేషు తిష్ఠతి పతి, ర్బధిరా ననాన్దా,
నేత్రద్వయస్య చ న పాటవ మస్తి యాతుః;
ఇత్థం నిశమ్య తరుణీ కుచకుమ్భసీమ్ని
రోమాఞ్చకఞ్చుక ముదఞ్చిత మాతతాన. 30

రాత్రి శయనించుటకు వచ్చినబాటసారితో సఖి చెప్పినమాటకు నాయిక హర్షించుట. —పతిః గోష్ఠేషు తిష్ఠతి = ఈయింటియాయన పసుల కొట్టములలో ఉండును (పరుండును), ననాన్ద్రా బధిరా = (ఇంటియామె యొక్క) ఆఁడుఁబిడ్డ చెవిటిది, యాతుః నేత్రద్వయస్య పాటవం నాస్తి = (ఇంటియామెయొక్క) తోడికోడలి కనుదోయికి బలములేదు (రెండుకనులును నిష్ప్రయోజనములు అనుట.);— (ఈయింటిభామతో నీవు నిరాటంకముగా రాత్రి కామకేళిం దేలవచ్చును, గావున నిటనే నిలువుము అని భా.); ఇత్థం నిశమ్య = ఇట్లు (సఖి బాటసారితో పల్కినమాటను) విని, తరుణీ = (ఇంటి) జవ్వని, కుచ కుమ్భ సీమ్ని ఉదఞ్చితం రోమాఞ్చ కఞ్చుకమ్ ఆతతాన = చను గిండుల ప్రదేశమందు నిగిడినట్టి పులకల మైమఱువును తాల్చెను. (చెలి బాటసారిని నిలిపి తనకు కామకేళి సమకూర్చినది, అనుమార్గము చేతను, రాత్రి జారరతమందు కుచములకుం గలుగఁగల మోహనవ్యాపారవిశేష స్మరణచేతను నాయిక కుచకుంభములం దంతటను గగుర్పాటు పొందిన దాయెను. ఇట రోమాంచము ఇతర సైనమదనవికారములకు ఉపలక్షకము. ఇష్టప్రాప్తిచే సంతసిల్లుచున్నది గావున నాయిక ముదిత.

కన్యా యథా.

కిఞ్చిత్ కుఞ్చిత హార యష్టి, సరళ భ్రూ వల్లి, సాచిస్మితం.
ప్రాన్త భ్రాన్త విలోచన ద్యుతి, భుజా పర్యస్త కర్ణోత్పలమ్,
అఙ్గుళ్యా స్ఫురదఙ్గుళీయకరుచా కర్ణస్య కణ్డూయనం,
కుర్వాణా నృపకన్యకా సుకృతినం సవ్యాజ మాలోకతే.

నృపకన్యకా = (ఒకానొక) రాజకన్య, కిఞ్చి...ష్టి = ఇంచుకంత వంపయిన ముత్తెపుఁబేరుయొక్క పేటలుగలుగునట్లుగాను, సర...ల్లి = ఋజువైన (వంపులేని) బొమ తీఁగ గలుగునట్లుగాను, సాచిస్మితమ్ = అడ్డముగాఁ బ్రసరించిన చిఱునగవు గలుగునట్లుగాను, ప్రాన్త...ద్యుతి =

అపాంగములందు చలించుచున్న నేత్రకాంతులు గలుగునట్లుగాను, భుజ ...త్పలమ్ = బుజముమీఁద పడిన చెవికలువ గలుగునట్లుగాను, స్ఫురత్ అఙ్గులీయక రుచా అఙ్గుళ్యా = మెఱయుచున్న ఉంగరపుఁ గాంతుల గలదైన వ్రేలితో, కర్ణస్య కణ్డూయనం కుర్వాణా = చెవియొక్క గోఁకు కొనుటకు చేసికొనుచున్నదై, సుకృతినమ్ = (ఒకానొక) పుణ్యవంతుని, సవ్యాజమ్ = మిషతో (వే తేమో చూచుచున్నట్లు నటించుచు), అలోకతే, చూచుచున్నది.

'కుంచనము'—ఒకవైపునకు మెడను కర్ణకండూయనార్థము వంచుట చేత. 'సరళత' - ఆహూత మేమియుం దెలుపఁగోరమిచేత. 'స్మితము' - వదనశోభార్థంబును సంతుష్టిచేతను. 'పాచి' - ప్రక్క వాటుగా నవ్వుట ఒయ్యారముచేతను పీకకర్ణకండూయనముచేతను. హసితము గాక 'స్మిత మ'గుట ఆభిజాత్యముచేత. 'ప్రాప్తభ్రాన్తి'-కటాక్ష వీక్షణముచేత. 'కటాక్ష మ'గుట మదనప్రేరణ యున్నందున, 'పర్యస్త' కలువ రాలుట ఒకప్రక్కకు మెడను వంచినందున. 'కర్ణస్య' - ఏక వచనముచేత ఒకచెవికే అని తెలియుచున్నది. 'కన్య' యనుటచే అవి వాహిత పిత్రధీన అని తెలియుచున్నది.

ఇతి పరకీయానిరూపణమ్.

సామాన్యానిరూపణమ్.

విత్తమాత్రోపాధికసకలపురుషానురాగా సామాన్యవనితా. నన్వగ్నిమిత్రే క్షితిపతా వనురక్తాయా మిరావత్యా మవ్యాప్తిః, తత్ర విత్తమాత్రోపాధే రభావా దితిచే న్న; పమ్; సాఽపి కాశ్మీరహీరాదిదాతరి మహారాజే ఒనురక్తా

న తు మహర్షా! తే నాఽవగమ్యతే విత్తమాత్రోపాధి రితి.

ధనము మాత్రమే నిమిత్తముగా సకలపురుషులయందును ప్రేమగలది (అనగా వలపువలనఁ గాక ధనముకై వీఁడు వాఁడనక ఎవని నేనియు ప్రేమించునది) సామాన్యస్త్రీ. 'ఓయి, అగ్నిమిత్రరాజునందు అనురక్తయయినయిరావతికి (ఈలక్షణము) పట్టదు; (ఏల యన) ఇరావతియందు విత్తమాత్ర మనెడు నిమిత్తము లేదు గావున.' - అనివాద మేని ఆవాదము సరి గాదు; ఇరావతియు కుంకుమపుష్పవజ్రాదులను ఇచ్చువాఁడయినమహారాజును ప్రేమించినదిగాని మహర్షిని గాదు. దానింబట్టి యెఱుఁగ నగును ధనముమాత్రమే నిమిత్తముగాఁగలది యని.

సామాన్యకు ఉదా.

దృష్ట్వా ప్రాఙ్గణసన్నిధౌ బహుధనం
దాతార మభ్యాగతం
వక్షోజౌ తనుతః పరస్పరహితా
శ్లేషం కురఙ్గీదృశః;
ఆనన్దాశ్రుపయాంసి ముఞ్చతి ముహు
ర్మాలామిషాత్ కున్తలో;
దృష్టిః కిం చ ధనాగమం కథయితుం
కర్ణాన్తికం గచ్ఛతి. 32

కవివాక్యము.—ప్రాఙ్గణ సీమ్ని అభ్యాగతం బహుధనం దాతారం దృష్ట్వా=ముంగిటి ప్రదేశమందు వచ్చియున్నవానిని (కాముకుని) బహుధన మిచ్చువానిని కాంచి, కురఙ్గీ దృశః వక్షోజౌ పరస్పర హిత ఆశ్లేషం తనుతః = ఆఁడులేడి కన్నులవంటికన్నులుగలదానియొక్క (సుందరియొక్క)

పాలిండ్లు (మనకు ఇతఁడు హారాదుల నిచ్చును అని) ఒకదానికొకటి ప్రేమ పూర్వకమయిన కవుంగిలింతను చేయుచున్నవి (సంతోషముచే ఒడలెల్ల నుప్పొంగుటచే కుచములును ఉప్పొంగి క్రిక్కిఱిసిన వని భా.); వస్త్ర ముహుః మాలా మిషాత్ అనన్ద అశ్రు పయాంసి ముఞ్చతి=తలకట్టు (తనకు సూర్యుఁడు చంద్రుఁడు పాపటబిందిరీలు లోనగులొడవుల నతఁ డిచ్చు నని) మాటిమాటికి పువ్వులసరము నెపమున సంతోషపుఁ గన్నీళ్లను విడుచు చున్నది.) అతనిరాకకు ముదమొంది శిరఃకంపములు సేయఁగా తుఱుమునుండి పూసరములు రాలె నని భా.); కించ దృష్టిః ధన ఆగమం కథయితుం కర్ణ అన్తికం గచ్ఛతి = మఱియు చూపు ధనముయొక్క రాకను (ఇతఁడు నీకు రత్నకుండలాదికముల నిచ్చునులే అని) చెప్పుటకు చెవియొక్క సమీపము నకు పోవుచున్నది. (ఆవేశ్య ఆకర్ణాంతవిశాలలోచన యనియు, వీనులకు సోఁకుచున్న కటాక్షవీక్షణముల నతనిం గాంచుచున్న దనియు, భా.)

ఇట నాయకుని సొబగునకై ప్రేమింపక ధనమాత్రమునకై ప్రేమించు చున్నది గావున నాయిక సామాన్య.

ప్రకారాంతరమున నాయికాభేదములు.

ఏతాః పున రన్యసమ్భోగదుఃఖితా, వక్రోక్తిగర్వితా,
మానవత్యశ్చేతి త్రిస్రో భవన్తి.

స్వకీయాపరకీయాసామాన్య లనెడియీనాయికలు మఱియు అన్య సంభోగదుఃఖిత వక్రోక్తిగర్విత, మానవతులు నని (ఒక్కొక్కటియు) ముగ్గు రగుచున్నారు.

అన్యసంభోగదుఃఖితా యథా.

(అన్యస్త్రీతో తననాయకుఁడు సంభోగించినందుకై వగచుదానికి ఉదా.)

త్వాం దూతి నిరగాః కుఞ్జం, న తు పాపీయసో గృహమ్;
కింశుకాభరణం దేహే దృశ్యతే కథ మన్యథా? 33

నాయకునిఁ దెచ్చుటకుఁ బోయి యతనితో సంభోగముపొంది వచ్చిన దూతిని నాయిక సంభోగచిహ్నములచేతఁ గనిపట్టి మర్మోద్ఘాటనము చేయుట.

— దూతి త్వం కుఞ్జం నిరగాః పాపీయసో గృహం తు న = (ఓసి) దూతీ నీవు పొదరింటికి పోయితివి (గాని) (ఆ) పాపాత్ముని యింటికి కన్ననో కాదు, అన్యథా దేహే కింశుకాభరణం కథం దృశ్యతే=అట్లుగానిచో (పొదరింటికి పోక వానియింటికే నీవు పోయితివేని) (నీ) మేనియందు మోదుగుఁ బువ్వనెడి యలంకారము ఎట్లు అగపడును? (పొదరింటిమోదుగుఁబువ్వులు నీపై రాలియుంటయే ఇందులకు నిదర్శన మని యర్థము.) 'పాపీయసుఁడ' నుటచే నాయిక నయిననన్ను విడనాడి దూతిని నిన్నుఁ బొందినట్టియధముఁడని భా. మోదుగుఁబువ్వు వంకరగా నఖక్షతమువలె నుండును గావున కింశుకాభరణ మనఁగా నఖక్షతము, —కావున 'దూతీ నీవు వానిం బొంది వచ్చితివి, కాదని నీచనుఁగొండలయందు ఈనఖక్షతము లెట్లు గలిగెను?' అని లోపలియభిప్రాయము.

వక్రోక్తిగర్వితా-ప్రేమగర్వితా, సౌన్దర్యగర్వితా, చేతిద్వివిధా.

వక్రోక్తిగర్విత యిరుదెఱఁగులు, ప్రేమగర్విత సౌందర్యగర్వితయు నని. (ప్రేమగర్వితి యన భర్తకు తనయందుఁ గలప్రేమచే గర్వపడునట్టి నాయిక.)

ప్రేమగర్వితా యథా.

వపుషి తవ తనోతి రత్నభూషాం
ప్రభు రితి ధన్యత మాఽసి; కిం బ్రవీమి?
సఖి తనునయనాన్తరాళభీరుః
కలయతి మే న విభూషణాని కాన్తః. ౩౮

(హే) సఖి ప్రభుః తవ వపుషి రత్న భూషాం తనోతి ఇతి ధన్యతమా అసి.(ఓ) చెలీ (నీ నాయకుఁడు నీ దేహమందు మణిభూషణములను పెట్టును మణిభూషణములతో నీ మేనిని స్వయముగానే అలంకరించును)

అనుహేతువుచేత కృతార్థురాలవు అగుచున్నావు, కిం బ్రవీమి = (నీయదృష్టము) ఏమి చెప్పుదును, (నాకేమో అట్టిపుణ్యము లేదు, ఏలన,) మే కాన్తః తను నయన అన్తరాళ భీరుః (సన్) విభూషణాని న కలయతి. నా వల్లభుఁడు (నా) మేనియొక్కయు (తన) కన్నులయొక్కయు (నా మేనికిని తనచూపులకును నడిమి) యెడమునకు (చాటునకు) వెఱచినవాఁడై (—చాటును సహింపలేక, అనఁగా - అలంకారములు అడ్డపడినంతమేర నా మేనిదర్శనము తనకు లేకపోవు నను భయముచేత) అలంకారములను (నామేన) తొడుగఁడు. ఇట వక్త్రి తననాయకునికి తనయందుఁ గల ప్రేమ (శ్రోత్రియందుఁ తదీయనాయకునికి గల ప్రేమకంటె) అత్యంతాధిక మని గర్వపడి ఆగర్వమును వక్రోక్తిగా తెలిపెను గావున ఈవక్త్రి ప్రేమ గర్వితి. ప్రభు వనుటచేత సామాన్య యని తెలియుచున్నది.

సౌన్దర్యగర్వితా యథా.

కలయతి కమలోపమాన మక్ష్ణోః
ప్రథయతి వాచి సుధారసస్య సామ్యమ్,
సఖి కథయ కి మాచరామి కాన్తే?
సమజని తత్ర సహిష్ణుతైవ దోషః. 31

సఖి = చెలీ, (కాన్తః = నావల్లభుఁడు), అక్ష్ణోః కమల ఉపమానం కలయతి = (నా) కన్నులకు తామరల సాటిని చెప్పును, వాచి సుధా రసస్య సామ్యం ప్రథయతి = (నా) వాక్కునందు అమృత రసము యొక్క సాటిని ప్రకటించును, తత్ర కాన్తే కిమ్ ఆచరామి కథయ = అట్టి (అవిధముగా నాకు నీచసామ్యములను గట్టెడు) వల్లభునివిషయమునందు ఏమి (ప్రతీకారము) సేయుదును చెప్పుము. ఇట సాటి లేని తన నేత్రవచనములకు కమలసుధారససామ్యవర్ణనమును ఓర్వమిచేత నాయికయొక్క సౌందర్య గర్వము తెలియవచ్చుచున్నది.

మానవతీభేదములు.

ప్రియాపరాధసూచికా చేష్టా మానః. స చ లఘు, ర్మధ్య మో, గురుశ్చ. అల్పాపనేయో లఘుః, కష్టాపనేయో మధ్యమః, కష్టతరాపనేయో గురుః. అసాధ్యస్తు రసాభాస ఏవ. అన్యస్త్రీ దర్శనాదిజన్మా లఘుః, గోత్రస్ఖలనాదిజన్మా మధ్యమః, అపరస్త్రీ సంగమజన్మా గురుః. అన్యథాసిద్ధ కుతూహాలా ద్యపనేయో లఘుః, అన్యథాపాద శపథా ద్యపనేయో మధ్యమః, చరణపాత భూషణా ద్యపనేయో గురుః.

ప్రియునితప్పిదమును సూచించునట్టి చేష్ట (అనఁగా - తనప్రియుఁడు తనయెడల నొనర్చినతప్పిదమును సూచించునట్టితనచేష్ట) మానము (=అలుక) (అనంబడును); అదియు లఘువు, మధ్యమము, గురువు (అని ముత్తెఱఁగులు). (అందు) కొంచెపాటియత్నముచేత నే తీర్పశక్య మగునది లఘువు, కష్టయత్నముచే తీర్పశక్యమగునది మధ్యమము, కష్టతరయత్నముచే తీర్పశక్యమగునది గురువు. అసాధ్య మగునది రసాభాసమే. అన్యస్త్రీని చూచుట లోనగుకారణములవలనఁ బుట్టునది లఘువు, పొరఁబాటున వేఱొక తె పేర తన్నుఁ బిలుచుట లోనగు కారణములవలనఁ బుట్టునది మధ్యమము, అన్యస్త్రీ సంగమము లోనగుకారణములవలనఁ బుట్టునది గురువు. వేఱువిషయములందు కుతూహలము పుట్టించుటచేతఁ దీర్పశక్య మగునది లఘువు, (గడుసుగా) బొంకుట ఒట్లు పెట్టుకొనుట లోనగునుపాయములచేత తీర్పశక్య మగునది మధ్యమము, పాదములకుఁ బ్రణమిల్లుట భూషణాదికము లిచ్చుట లోనగునుపాయములచేత తీర్పశక్యమగునది గురువు. [మానభేదములచే మానవతీభేదములు తెలియంగ నగు.]

లఘుమానకు ఉదా.

స్వేదామ్బుభిః క్వచన పిచ్ఛిల మఙ్గ మేత,
చ్ఛాతోదరి క్వచన కణ్టకితం చకాస్తి,
అన్యాం విలోకయతి భూషయతి ప్రియేఽపి
మానః క్వ ధాస్యతి పదం తవ తన్న విద్మః. 36

సఖీవాక్యము.—శాతోదరి = సన్ననినడుముగలదానా, ప్రియే అన్యాం విలోకయ త్యపి భూషయ త్యపి = (నీ) ప్రియుఁడు వేఱొకతెను చూచు చున్నను అలంకరించు చున్నను, అతనిం జూచినమాత్రాన నే, ఏతత్ తవ అఙ్గమ్=ఈ నీయొడలు, క్వచన స్వేదామ్బుభిః పిచ్ఛిలమ్ (సత్) చకాస్తి = కొన్నిచోట్ల చెమటనీళ్ళచేత దట్టము జాఱుడు) (ఐ) ప్రకాశించుచున్నది, క్వచనకణ్టకితం (సత్) చకాస్తి = కొన్నిచోట్ల గగుర్పాటు కలది (ముండ్లుకలది) (ఐ) ప్రకాశించుచున్నది. (ఇట్లుండగా), మానః క్వ పదం ధాస్యతి తత్ న విద్మః = అలుక (నీదేహమందు) ఎచ్చోట అడుగ ఇడునో దాని నెఱుంగము. అడుగును ఒకచోట నిడిన జాఱును, ఇంకొక చోట నిడిన ముండ్లు గ్రుచ్చుకొనును, కావున మానమునకు నీయందు దఱు గిడ వలనుపడదు అని యర్థము; ప్రియుఁడు నీయెదుట నే త ప్పొనర్చు చున్నను అందులకైనయలుకను తల యెత్త నీయనంత యాత్యంతానురక్త నీవు అతనిపైఁ గల దని భా. చెమరును పులకలును ప్రియునిఁ గన్న హర్షముచేతఁ గలిగినవి; అలుక అన్యను ప్రియుఁడు గారవించుటచేతఁ గలిగినది. అంతు హర్షముచే అలుక తొలఁగెను గావున ఈమానవతి లఘుమాన.

మధ్యమమానకు ఉదా.

యద్గోత్రస్ఖలనం తత్ర భ్రమో; యది న మన్యసే,
రోమాళి వ్యాళ సంస్పర్శ శపథం తన్వి కారయ. 37

నాయికకు నాయకుఁడు అలుక దీర్చుట.—తన్వి = సుందరీ, గోత్రస్ఖలనమ్-గోత్ర = పేరియందు (పేరుపెట్టి పిలుచుటలో) - స్ఖలనమ్ = తప్పుట (దానిపేర నిన్నుఁ బిలుచుట), యత్ = ఏది (సంభవించినదో), తత్ర = ఆవిషయమందు, భ్రమః=(నా) పొరఁబాటు (కారణము, (పొరఁబాటుచే దానిపేర నిన్నుఁ బిలిచితి నే గాని దానియందలి యనురాగము వలనఁ గాదని భా.); న మన్యసే యది = నమ్మవేని, రోమా...థమ్ = నాగారనెడి పాముయొక్క (పామును) తాఁకుటయనెడి దివ్యప్రమాణమును, కారయ=(నాచేత) చేయింపుము. దివ్యప్రమాణములు తప్పు మోపఁబడినవాఁడు తనమీఁద తప్పు లే దని నిరూపించుటకై చేయునట్టి కొన్నికృత్యములు: ఎఱ్ఱగాఁ గాలినయినుపగుండు చేతఁగొనుట, కుండలో నుంచిన త్రాచును చేతఁ గొనుట, లోనగునవి. అందు నాగారు (పాము)ను తాఁకుట యనుదివ్యముచేత నాయకుఁడు తన నిరపరాధతను నిరూపించెడిని.

మాటచే యలుక తీరను గాన మధ్యమమాన.

గురుమానకు ఉదా.

దయితస్య నిరీక్ష్య ఫాలదేశం
చరణాలక్తకపిఞ్జరం సపత్న్యాః
సుదృశో నయనస్య కోణభాసా
శ్రుతిముక్తాః శిఖరోపమా బభూవుః. 3౦

సపత్న్యాః చరణ అలక్తక పిఞ్జరం దయితస్య ఫాల దేశం నిరీక్ష్య= సవతియొక్క కాలి లత్తుకచేత ఎఱ్ఱనయిన వల్లభుని నొసటి ప్రదేశమును చూచి (చూచుటచేత) (సవతికి అలుక తీర్చుటకై నాయకుఁడు ప్రణమిల్లఁగా ఆమడుగులలత్తుక అతనినొసట నంటుకొనియె నని భావము), 'అట్లతఁడు సవతిపాదములకుఁ బ్రణమిల్లిన మహాపరాధమునకై), సుదృశః

నయనస్య కోణ భాసా = మంచిచూపులుఁగల యింతియొక్క (ప్రస్తుత నాయికయొక్క) కంటి కొనయొక్క కాంతిచేత, శ్రుతి ముక్తాః శిఖర ఉపమాః బభూవుః = (ఆమె) చెవియందలి ముత్తెములు పద్మరాగమణి సాటిగాఁగలవి (కెంపులవలె నెఱ్ఱనివి) అయెను. కనుగొనలు కో ముచే ఎఱుపెక్కిన వని భా. అలుక గొప్పది గాన గురుమాన.

ఇతి ప్రథమప్రకరణమ్.

నాయికాభేదములు.

[రసమంజరీమతము.]

నాయికలు 26.

స్వీయలు 13. పరకీయలు 12. సామాన్య 1

ముగ్ధ 1. మధ్యలు 6. ప్రగల్భలు 6. పరోఢలు. 6. కన్యలు 6.

(జ్ఞా. అజ్ఞా.) ధీరలు 2. అధీరలు 2. ధీరాధీరలు 2.

జ్యేష్ఠ 1. కనిష్ఠ 1.

[ప్రా చీ న మ త ము.]

నాయికలు 16.

స్వీయలు 13. పరకీయలు 2. సామాన్య 1.

ముగ్ధ 1. మధ్యలు 6. ప్రగల్భలు 6. పరోఢ 1. కన్య 1.

(జ్ఞా. అజ్ఞా.) ధీరలు 2. అధీరలు 2. ధీరాధీరలు 2.

జ్యేష్ఠ 1. కనిష్ఠ 1.

ద్వితీయప్రకరణమ్.

అష్టవిధనాయికానిరూపణమ్.

ఏతాః షోడ శా ప్యష్టాభి రవస్థాభిః ప్రత్యేక మష్ట విధాః—ప్రోషితభర్తృకా, ఖణ్డితా, కలహాన్తరితా, విప్రలబ్ధా, ఉత్కణ్ఠితా, వాసకసజ్జా, స్వాధీనపతికా, అభిసారికా, చేతి; గణనా దష్టావింశత్యధికశతం భవన్తి తాసా మప్యుత్తమమధ్యమాధమభేదగణనయా చతు రధికాశీతియుతశతత్రయం భేదా భవన్తి.

(ప్రాచీనమతానుసారముగాఁ జెప్పఁబడిన) యీ (16) పదునా గురు నాయికలును (8) ఎనిమిదేసి దశావిశేషములచేత ఒక్కొక్కటెయ (8) ఎనిమిదివిధములు (అగుదురు):—ప్రోషితభర్తృక, ఖండిత, కలహాం రిత, విప్రలబ్ధ, ఉత్కంఠిత, వాసకసజ్జ, స్వాధీనపతిక, అభిసారికయు, న లెక్కింపఁగా (128) నూటయిరువదియెనమండుగురు అగుదురు. వా రెండియు ఉత్తమ, అధమ, అనుభేదములను లెక్కించినచో (38 మున్నూటయెనుబదినాలుగు భేదము లేర్పడును.

య త్త్వేతాసాం దివ్యాదివ్యోభయభేదగణనయా ద్వి పఞ్చాశదధిక శతయుత సహస్ర భేదా భవన్తి: దివ్యా ఇన్ద్రాణ్యాదయః అదివ్యా మాలత్యాదయః దివ్యా దివ్యాః సీతాదయ ఇతి; – తన్న. అవస్థాభేదేనై నాయికాభేదాత్. జాతిభేదేన భేదస్వీకారే నాయికాన మివ నాయకానా మప్యానన్త్యం స్యాత్: ఇన్ద్రా

దయో దివ్యాః, అదివ్యా మానవాః. దివ్యాదివ్యా అర్జునాదయ ఇతి.

మఱి వీరికి దివ్య, అదివ్య, దివ్యాదివ్య అను భేదములను లెక్కించిన యెడల (1152) వేయియు నూట యేఁబది రెండు భేదము లగు (ననియు), దివ్యలు శచ్యాదులు, అదివ్యలు మాలత్యాదులు, దివ్యాదివ్యలు సీతాదులు, అని (యు) చెప్పుట సరి గాదు. (ఏల యన) అవస్థాభేదముచేతమాత్రమే నాయికాభేదము గావున. (జాతిభేదముచేత భేదముల నంగీకరింతు మేని నాయికలకుంబోలె నాయకులకును అనంతభేదములు కలుగును; ఇంద్రాదులు దివ్యులు, మనుష్యులు అదివ్యులు, అర్జునాదులు దివ్యాదివ్యులు-అని.

య ద్యపి ముగ్ధాయా ధీరాదిభేదాభావః తథావిధప్రజ్ఞాసామగ్ర్యభావాత్, త థాష్టవిధత్వాభావోఽపి భవితు మర్హతి, తథాపి ప్రాచీనలేఖనానురోధేన నవోఢా మ ప్యాల మ్బ్యై తే భేదా అవగ న్తవ్యాః.

మఱియు ముగ్ధకు ధీరాదిభేదములు లేవు, అందులకు వలయు ప్రజ్ఞాసామగ్రి లేనందున; కావున ముగ్ధకు అష్టవిధత్వము సైతము చెప్పఁదగదు.— అయినను తొంటివ్రాఁతలను బట్టి నవోఢనుం గూడ చేర్చి యీభేదము లెఱుంగవలసినవి.

ప్రోషితభర్తృక.

దేశా న్తరగతే భ ర్తరి సన్తాపవ్యాకులా ప్రోషిత భ ర్తృకా. ఉత్కా కలహా న్తరితా విప్రలబ్ధానాం పతి ర్దేశా న్తరగతో న భవ తీతి న త త్రాతివ్యా ప్తిః. అస్యా శ్చేష్టా ద శావస్థాః.

పతి దేశాంతరమునకుఁ బోఁగా (విరహ) తాపముచే తల్లడిల్లునది ప్రోషితభర్తృక (యనఁబడును); (ప్రోషిత = దేశాంతరమునకుఁ బోయిన, భర్తృకా = పతిగలది - అని యవయవార్థము). ఉత్కంఠితా కలహాంతరితా విప్రలబ్ధల భర్త దేశాంతరగతుఁడు కానందున వారికి ఈ (చెప్పఁబడిన ప్రోషితభర్తృకా) లక్షణము చెల్లదు. ప్రోషితభర్తృకయొక్క చేష్టలు దశావస్థలు.

ముగ్ధా ప్రోషితభర్తృకా యథా.

దుఃఖం దీర్ఘతరం వహ త్యపి సఖీవర్గాయ నో భాషతే;
శైవాలైః శయనం సృజ త్యపి పునః శేతే న హా లజ్జయా;
కణ్ఠే గద్గదవాచ మఞ్చతి, దృశా ధత్తే న బాష్పోదకం;
సన్తాపం సహతే య దమ్బుజముఖీ త ద్వేద చేతోభవః. 35

అమ్బుజముఖీ = తామరవంటి మొగముగలది (నాయిక) (భర్త దేశాంతరము పోయినందులకు), దీర్ఘతరం దుఃఖం వహతి = అధికమయిన శోకమును తాల్చును, తథా) అపి = అయినను, (లజ్జయా = సిగ్గుచే), సఖీ వర్గాయ నో భాషతే = చెలుల సమూహమునకు చెప్పదు; శైవాలైః శయనం సృజతి = నాఁచుతో పాన్పు చేయును, తథాపి పునః లజ్జయా = అయినను మఱి సిగ్గుచేత, న హా శేతే = పరుండదు; కణ్ఠే గద్గద వాచమ్ అఞ్చతి = గొంతులో గద్గద స్వరమును పొందుచున్నది, (వినను సిగ్గుచే), దృశా బాష్ప ఉదకం న ధత్తే = కంట కన్నీళ్లను దాల్పదు; సంతాపం యత్ సహతే = విరహతాపమును ఏవిధమున భరించుచున్నదో, తత్ చేతోభవః వేద = ఆవిధమును మదనుఁడు (మాత్రమే) ఎఱుఁగును. తన దుఃఖమును నెయ్యంపుఁజెలులతో చెప్పకొనుట, నాఁచుఁబానుపునం బరుండుట, కన్నీళ్లు విడుచుచు నేడ్చుటయు, అను మన్మథతాపకార్యములను లజ్జ యణఁచినది గావున, ఈనాయిక (లజ్జావిజితమన్మథ) ముగ్ధ.

శైవాలశయనముచేత భర్తృవిరహమును భర్త్రనురాగంబును సూచితములు గావున వానిచే భర్తృప్రవాస మూహ్యము గావునను ప్రోషితభర్తృక యని తెలియ నగుచున్నది.

మధ్యా ప్రోషితభర్తృకా యథా.

వాసస్త దేవ వపుషో, వలయం త దేవ
హస్తస్య, సైవ జఘనస్య చ రత్నకాఞ్చీ;
వాచాలభృఙ్గసుభగే సురభౌ సమస్త
మద్యాధికం భవతి మే సఖి, కిన్ని దానమ్? ౪౦

నాయిక పలుకుచున్నది.—సఖి = చెలియా, వాచాల భృఙ్గ సుభగే అద్య సురభౌ = శబ్దాయమానములైన తుమ్మెదలచే మనోహరమైన యీ వసంతమందు, మే వపుషః వాసః తత్ ఏవ = నా యొడలి వలువ (నే నిప్పుడు ధరించియున్న వస్త్రము) (ఈవసంతమునకు) ముందు ధరించు చుండినదే, హస్తస్య వలయం తత్ ఏవ=నాచేతి (యీ) కడియంబును ఆ మునుపటిదే, జఘనస్య రత్న కాఞ్చీ చ సైవ = మొలయందలి మణుల మొలత్రాడును ఆమునుపటిదే; (అట్లుండియు), సమస్తమ్ అధికం భవతి = అంతయు (వాసో వలయ కాంచికలు) (నాకొలఁతకు) ఎక్కువ యగు చున్నది, కిం నిదానమ్ = (ఇందులకు) ఏమి కారణము ?

'సుభగే' - తుమ్మెదమ్రోఁత విరహతాపోద్దీపక మగుటచేత వియుక్తులకు కర్ణకఠోరమైనను అవియుక్తులకు మనోహరంబ గావున నిట దాని మనోహరత్వమునే చెప్పుటచేత ఈనాయికకు ఇదియే ప్రథమవిరహ మని తెలియవలయును. 'సురభౌ'_జాము నేని దినము నేనియుం జెప్పక ఋతువునే చెప్పుటచేత చిరవిరహము సూచితమై ప్రోషితభర్తృక యని తెలుపుచున్నది. వాసోవలయకాంచికలు మూఁడును అధికమైన వనుటచే సర్వాంగకార్శ్యము ఎఱుకపడుచున్నది. ఈకార్శ్యము మదన

కార్శ్యము గదా. మఱియు, రత్నకాంచ్యాదికమును మానమి విరహవ్రతము ధరించిన దని సఖులు పరిహసింతు రనులజ్జచేత. తనకార్శ్యమునకు ప్రియప్రవాసము కారణ మని యెఱింగియు తానే ఆవిషయమును సఖితో చెప్పకొనమియు లజ్జచేత. ఇట్లు సమానలజ్జామదన గావున నాయిక మధ్య.

ఇట మలినవస్త్రధారణంబును వలయకాంచికాత్యాగంబు నను విరహవ్రతాచారమే చెప్పఁబడినదనియు, దానిం గ్రస్యుటకే అవి యెక్కుడైన వని పల్కుట యనియు, వివరించుట సరిగాదు. ఎట్లన, ఆపక్షంబున, ఎక్కుడైన కారణమువలన కాంచీవలయములను త్యజించినట్లె వస్త్రమునుం గూడ త్యజించిన దని చెప్పవలసివచ్చును. అంగుల కంగీకారమేని మలినవస్త్ర యన నవకాశ ముండదు. వస్త్రముమాత్రము మార్చుకొన్నది-మునుపటిదానికన్న చిన్న దానిని కట్టుకొన్నది - అను సెడలను మలినవస్త్ర యన నవకాశ ముండదు (సరియ గదా అమునుపటివస్త్రమే యనుట విరోధించును). ఏవిరహవ్రతమును నెక్కొలుపుట కీప్రయత్నమో దానికే మూలచ్ఛేద మగును.

ప్రౌఢా ప్రోషితభర్తృకా యథా.

మాలా బాలామ్బుజదళమయీ, మౌక్తికీ హారయష్టిః,
కాఞ్చీ, యాతే ప్రభవతి హరౌ సుభ్రువః ప్రస్థితైవ;
అన్య ద్బ్రూమః కి మపి ధమనీ వర్తతే వా న వేతి
జ్ఞాతుం పాణే రహహ వలయం బాహుమూలం ప్రయాతి. ౪౧

కవివాక్యము.—ప్రభవతి హరౌ యాతే=ప్రభువయిన శ్రీకృష్ణుఁడు పయనముపోఁగా, బాల అమ్బుజ దళ మయీ మాలా మౌక్తికీ హార యష్టిః కాఞ్చీ ప్రస్థితాః ఏవ = లేఁత తామర రేకులతోఁ జేయఁబడిన దండ(యు) ముత్తెములతోఁ జేయఁబడిన పేరుయొక్క పేట(యు) మొలనూలు

(సు) తరలనే తరలివవి (విరహాజ్వరముచే - దండ ఎండిపోయెను - ముత్తె ములు సున్న మాయెను - మొలనూలు నితంబకార్శ్యముచే జాటిపోయెను అని భా.); అన్యత్ కిమ్ అపి బ్రూమః = మతియొకవిషయమును (ఇంత కన్న) ఆశ్చర్య మగుదానిని చెప్పెదను, ధమనీ వర్తతే వా న వా ఇతి జ్ఞాతుం పాణేః వలయం బాహు మూలం ప్రయాతి = నాడి ఆడుచున్న దో లేదో అని కనుంగొనుటకు చేతియొక్క కడియము బాహువుయొక్క మొదటికి (అనఁగా చంకకడకు) పోవుచున్నది (విరహకార్శ్యముచేత కడియము క్రిందికి జాటి పడనుండఁగా అట్లు పడకుండుటకై మాటిమాటికి చేతిని పైకెత్తుటవలన కడియము చంకకడకు దిగుచుండె నని భా. ఆ దిగుట వైద్యార్థము కడియము మనికట్టున నాడి యాడమిచే చంకకడనాడిని శోధించుట వలె నుండె నని యర్థము. నాయిక ప్రాణసందేహదశలో నున్నదని భా.); అహహ = అయ్యో! (కవియే దురపిల్లుటచే తటస్థులకును దుస్సహ మయిన దుర్దశలో నున్న దని భా.) ప్రోషితభర్తృక యని కంఠోక్తమే. మదనజ్వరకార్శ్యమయినతాపకార్శ్యములు తేటతెల్లముగా తెలియుటచేత ప్రౌఢి స్ఫురించుచున్నది.

పరకీయా ప్రోషితభర్తృకా యథా.

శ్వశ్రూః పద్మదళం దదాతి, తదపి
భూరిసజ్జయా గృహ్యతే,
సద్యోమన్మరశఙ్కయా న చ తయా
సంస్పృశ్యతే పాణినా;
యాతు ర్వాచి సుహృద్గణస్య వచసా
ప్రత్యుత్తరం దీయతే;
శ్వాసః కిఞ్చ న ముచ్యతే మాలుతవహా
క్రూరః కురఙ్గీదృశా. ౪౨

శ్వశ్రూః పద్మ దళం దదాతి = అత్త తామర రేకును ఇచ్చుచున్న; తత్ అపి తయా కురఙ్గీదృశా భ్రూ సంజ్ఞయా గృహ్యతే = అదియు హరిణీలోచనచేత కనుబొమల సన్న చేత తీసికొనఁబడుచున్నది, (అం గాని), సద్యో మర్మర శబ్ద-యాపాణినా న చ సంస్పృశ్యతే = తక్షణమందే గలగలచప్పుడు (అగునను) భయముచేత చేతితో తాకఁబడదాయె [అత్త ఈవచ్చినతామర రేకును కోడలు చేతఁబుచ్చుకొనక తనకడ నుం మనుటగా కనుసంజ్ఞ చేసినది. కోడలు చేతఁ గైకొనమి యేల యనఁగా చేతఁగొన్నచో విరహాతప్తమైన తనతాఁకుడుచేత ఆరేకు తక్షణమే ఎం గలగల శబ్దము సేయు ననియు ఆశబ్దముచే అత్త హెచ్చరికపడి రే కంటం గనిపట్టి దానివలన తన (= కోడలి) విరహతాపమును, దానిచే భ్రష్టత్వమును, ఊహించుననుభయముచేత.] యాతుః వాచి = తోడికోడ ప్రశ్నకు (ఏల యిట్లు దీనత వహించియున్నావు ? అని తోడికోడ అఁగా), ప్రత్యుత్తరం సుహృల్లోకస్య వచసా దీయతే = జవాబు చెలి సమూహముయొక్క మాటచే ఇయ్యఁబడుచున్నది (అనగా-తనగద్గదస్వర దికముచేత తనగుట్టు బయటఁబడు ననుభయముచేత జవాబును తాను చెప్ప చెలికత్తెలచేత కల్లబొల్లిగా చెప్పించుచున్నది); కించ = మఱియును, హా వహాత్రరః శ్వాసః న ముచ్యతే = నిప్పువలె దారుణమైన నిట్టూర్పు వి వఁబడకున్నది (నిప్పువలె వేఁడి యగునిట్టూర్పును గుట్టు బయటఁబడు న భయముచేత విడువక యణఁచుకొనుచున్నది.) దేశాంతరము పోయి యుపపతిమీఁద అనురాగము చూపుచున్నది గావున నాయిక పరకీయ ప్రోషితభర్తృక.

సామాన్యా ప్రోషితభర్తృకా యథా.

విరహావిదిత మన్తః ప్రేమ విజ్ఞాయ కాన్తః
పున రపి వసు తస్మా దేత్య మే దాస్య తీతి,

మరిచనిచయ మక్ష్ణో ర్న్యస్య బాష్పోదబిన్దూన్
విసృజతి పురయోషి ద్ద్వారదేశోపవిష్టా, ౪౩

కాన్తః విరహ విదితమ్ అన్తః ప్రేమ విజ్ఞాయ తస్మాత్ ఏత్య పున రపి మే వసు దాస్యతి ఇతి = నాయకుఁడు ఎడఁబాపునందు ప్రకటమయిన (నాయొక్క) హృదయములోని వలపును ఎఱింగి (విని) ఆదేశమునుండి వచ్చి (నప్పుడు) వెండియు నాకు ధనమును ఇచ్చును అని (అను హేతువుచేత- అను నాసగలదై), పుర యోషిత్ ద్వార దేశ ఉపవిష్టా (సతీ) అక్ష్ణోః మరిచ నిచయం న్యస్య బాష్ప ఉదబిన్దూన్ విసృజతి = ఊరి యింతి (ఊరఁగల యెల్ల వారిదియు నగునింతి - వేశ్యయనుట) (వీథి) గడపకడ కూర్చున్నదై కన్నుల మిరియంపు మొత్తమును (సమృద్ధిగా మిరియాలకలికమును - కన్నీళ్ళు ధారధారగా వచ్చుటకై) ఇడుకొని కన్నీటి బొట్టులను విడుచుచున్నది.

'విదితమ్' - ఎల్లవారికిం దెలిసినఁగదా అతనిచెవిని బడును.
'తస్మా దేత్య' - ఆదేశములో గడించి తెచ్చి యనియును భా. మిరియాలకలికము కన్నీళ్ళు వచ్చుటకు. 'నిచయము' అకన్నీళ్ళు విస్తారముగా వచ్చుటకు. వీథిగడపలో కూర్చుండి (అతనిగుణములను కీర్తించుచు) ఏడ్చుట ఎల్లరకుం దెలియుటకు. ఎల్ల వారికిం దెలియుట కర్ణపరంపరగా నాయకునికిం దెలియుటకు. వాస్తవానురాగము లేక డబ్బుకై దేశాంతరగతకాంతునిం గూర్చి యింతటకు సేయుచున్నది గాన ఇది సామాన్యప్రోషితభర్తృక.

ఖండిత.

అన్యోపభోగసంచిహ్నితః ప్రాత రాగచ్ఛతి పతి ర్యస్యాః సా ఖణ్డితా. ప్రాత రిత్యుపలక్షణమ్. అస్యా శ్చేష్టాః

అస్ఫుటాలాప చిన్తా సన్తాప నిశ్వాస తూష్ణీమ్భావాశ్రుపాతాదయః.

అన్యస్త్రీతో సంభోగించినగుర్తులు గలవాఁడై ఏ చెలువరయొక్క (ఏ చెలువకడకు) పతి వేకువను వచ్చునో ఆమె ఖండిత (యనంబడును). వేకువ యనుట ఇతర వేళలకునుపలక్షణము (అనఁగా ఏ వేళయందైన ననుసరించే యని యర్థము). ఈమెయొక్క చేష్టలు—అస్ఫుట మయినమాట, చింత, సంతాపము నిట్టూర్పు, మౌనము, కన్నీరు విడుచుట, లోనగునవి.

ముగ్ధా ఖణ్డితా యథా.

వక్షః కిము కలశాఙ్కిత మితి కిమపి ప్రష్టు మిచ్ఛన్త్యాః
నయనే నవోఢసుదృశః పాణినా పిదధే. ౪౪

కవివాక్యము.—(హేకాన్త = ఓవల్లభుఁడా), వక్షః కిము కలశ అఙ్కితమ్ = (నీ) రొమ్ము ఏల గిండులయొక్క ముద్రలుగలది (అయినది)! (ఇది నాయకునిఱొమ్మునందు అన్యవనితా లింగనముచేత నంటుకొన్న తదీయ స్తనకుంభకుంకుమముద్రలం గాంచి యతనిని నాయిక యడుగఁ దలంచిన ప్రశ్న.) ఇతి కిమ్ అపి ప్రష్టుమ్ ఇచ్ఛన్త్యాః నవోఢసుదృశః నయనే ప్రాణేశః పాణినా పిదధే = ఇట్లని ఏమియో ప్రశ్న చేయుటకు కోరుచున్న నవోఢ సుందరియొక్క కన్నులను ప్రాణనాయకుఁడు (అతని) చేతితో కప్పివైచెను. (ఆముద్రలను చూడకుండునట్లు అటు నెపమున కన్నులం మూసి ఏమఱించెనని భా.) మిక్కిలి సులువుగా సమాధానపడినది గావున ముగ్ధ; స్తనముద్రలు అన్యకాంతవిగావున ఖండిత.

మధ్యా ఖణ్డితా యథా.

వక్షోజచిహ్నిత మురో దయితస్య వీక్ష్య,
దీర్ఘం న నిశ్వసితి జల్పతి నైవ కిఞ్చిత్,

ప్రాత ర్జలేన వదనం పరిమార్జయన్తీ
బాలా విలోచనజలాని తిరోదధాతి. ౭౫

కవివచనము.—బాలా = (ఒకానొక) జవరాలు, ప్రాతః = వేకువను, వక్షోజచిహ్నితం దయితస్య ఉరః వీక్ష్య = (సవతి) చనుదోయి యొక్క ముద్రలుగలదానిని అప్పుడే యింటికి వచ్చిన తన) ప్రాణేశుని రొమ్మును కాంచి, దీర్ఘం న నిశ్వసితి = నిడుదగా నిట్టూర్పు విడువదు (విడువ దాయెను), కిఞ్చిత్ న ఏవ జల్పతి = ఏమియు పలుక నేపలుకదు (పలుక దాయెను), (మఱి ఏమి చేసిన దనఁగా—), వదనం జలేన పరిమార్జయన్తీ విలోచనజలాని తిరోదధాతి. (తన) ముఖమును నీళ్ళతో కడుగుకొనుచున్నదై కన్నీళ్ళను దాఁచివేయును (దాఁచివేసిన దాయెను); (కన్నీళ్ళు తెలియకుండుటకై ప్రాతరాచారముప్రకారము మొగమున నీళ్ళుపోసికొని కడుగుకొన్న దని భా.)

ఇట నిట్టూర్పు నిగుడ్పమి పలుకమియు లజ్జచేత; అశ్రువులు మదనునిచేత; సమానలజ్జామదన గావున ఈఖండిత మధ్య.

ప్రౌఢా ఖణ్డితా యథా,

మా ముద్వీక్ష్య విపక్షపక్ష్మలదృశః పాదామ్బుజాలక్తకై
రాలిప్తాననమానతీకృతముఖీ చిత్రార్పితేవాభవత్;
రూక్షం నోక్తవతీ ; న వా కృతవతీ నిశ్వాసకోష్ణే దృశౌ;
ప్రాతస్స్నిగ్ధమజ్జనా కరతలా దాదర్శ మాదర్శయత్. ౭౬

నాయకుఁడు చెలికానితో చెప్పుట.—అఙ్గనా (ప్రాతః) విపక్షపక్ష్మలదృశః పాద అమ్బుజ అలక్తకైః ఆలిప్త ఆననం మామ్ ఉద్వీక్ష్య = (నా) వల్లభ (వేకువను) సవతియొక్క (శత్రువైన తొంగలిరెప్పలుగల కన్నుల దానియొక్క అని అవయవార్థము) అడుగుఁదామరయొక్క లత్తుకచేత అంతటను పూయఁబడిన మోముగలవానిని (అనఁగా సవతిపాదము

అను మోమున నద్దుకొని (ముక్కిన) నన్ను చూచి, ఆనతీకృతముఖీ చిత్ర అర్పితా ఇవ అభవత్ = మొగము వంచుకొన్నదై చిత్తరువునందు వ్రాయఁబడినదో యన (చిత్తరువో యన నిశ్చేష్టురాలు) ఆయెను (కోపాతిశయము చేత తిచ్చపడె నని భా.); (మఱి) రూక్షం న ఉక్తవతీ = పరుషము లాడదాయెను; దృశౌ వా నిశ్వాసకోష్ణే న కృతవతీ = కన్నుల నేని నిట్టూర్పులచేత వేఁడి చేయ దాయెను; (మఱేమి చేసిన నఁగా), ప్రాతః మఙ్గళమ్ ఆదర్శమ్ కరతలాత్ ఆదర్శయత్ = వేకువను శుభప్రదమగు నద్దమును చేఁగొని (నాకుఁ) జూపెను (అలత్తుక చిహ్నములు నాకే యగపడునట్లుగా నా ముఖమున కెదుట చేత నద్దము పట్టె నని యర్థము); (నీయోగ్యతను నీ మోమున లత్తుకముద్రలే చెప్పుచున్నవి చూచుకొమ్ము – అని నాయిక భా.)

ప్రియునియపరాధమును అద్దముచే నతనికి వెల్లడించినజాణతనముచే ఈఖండిత ప్రౌఢ.

పర యా ఖణ్డితా యథా.

కాన్తం నిరీక్ష్య వలయాఙ్కితకణ్ఠదేశం
ముక్తా స్తయా పరభియా పరుషా నవాచః,
దూతీముఖే మృగదృశా స్ఖలదశ్రుపూరా
దూరాత్ పరం నిదధిరే నయనాన్తపాతాః. ౪౭

కవివాక్యము.—వలయ అఙ్కిత కణ్ఠదేశం కాన్తం నిరీక్ష్య = లాఁతివనితయొక్క గాజులచేత చిహ్నితమయిన మెడ ప్రదేశముకలవానిని వల్లభుని చూచి (వల్లభుని మెడయందు పరవనితాకంకణముద్రలను గాంచి), తయా మృగదృశా = ఆ సుందరిచేత, పర భియా = ఇతరులవలని భయముచేత (ఇతరులకు తనమాటలు వినఁబడి తనగుట్టు బయలు పడునను భయముచేత), పరుషాః వాచః న ఉక్తాః = పరుసపుమాటలు చెప్పఁబడలేదు, పరం తు = మఱి యేమిచేయఁ బడియెననఁగా, స్ఖలత్ అశ్రుపూరాః

నయన అన్తపాతాః దూతీ ముఖే దూరాత్ నిదధిరే=జాఱుచున్న కన్నీళ్ళ ధారలుగలవైన కనుఁగొనల చూపులు దూతికయొక్క ముఖమందు దూరమునుండి నిగుడ్పఁబడినవి (ఈతఁడు నా కొట్టిద్రోహి యాయెనో చూడుము - అని యాచూపుల యభిప్రాయము). పరభీతికథనము చేత ఈఖండిత పరకీయ.

సామాన్యా ఖణ్డితా యథా.

ఉర స్తవ పయోధరాఙ్కిత మిదం కుతో మే క్షమా?
తతో మమ నిధీయతాం వసు పురో య దఙ్గీకృతమ్;
ఇతి ప్రచలచేతసః ప్రియతమస్య వార స్త్రియా
క్వణత్కనకకఙ్కణం కరతలాత్ సమాకృష్యతే. ౪౮

కవివచనము.—తవ ఇదమ్ ఉరః పయోధర అఙ్కితమ్ = నీయొక్క ఈవక్షము పాలిండ్ల ముద్రలుగలది (ఇదిగో ప్రత్యక్షముగా నీరొమ్మున దాని పాలిండ్లు అచ్చుకొట్టినట్లున్నవి), మే క్షమా కుతః = (ఇఁక) నాకు ఓర్పు ఎక్కడిది? (ఈద్రోహమును నే నోర్వంజాలను అనుట), తతః యత్ వసు అఙ్గీకృతం తత్ (వసు) మమ పురః నిధీయతామ్. (ఇంక నీతో నాకు ఒడంబడికబడి వ్యవహారమే గాని చెలిమితో పనిలేదు) కావున ఏధనము ఒప్పుకొనఁబడినదో ఆ (ధనము) నా యెదుట పెట్టఁబడునుగాక (ఒప్పుకొన్నధనమును ఇచ్చి కదలుము), ఇతి వారస్త్రియా ప్రచల చేతసః ప్రియతమస్యకరతలాత్ క్వణత్ కనక కఙ్కణం సమాకృష్యతే = (టీకా వాక్యము కర్త్రర్థకము.) ఇట్లని వెలయాలు మిక్కిలి జంకిన మనస్సుకలవాఁ యిన నాయకునిచేతినుండి శబ్దించుచున్న పసిఁడి కడియమును (తాకట్టుగా) లాగుకొనుచున్నది. 'పయోధరాంకిత' మనుటచే ఖండిత, 'వసు' అనుటచే సామాన్య.

కలహాంతరిత.

పతి మవమత్య పశ్చాత్ పరితపా కలహాన్తరితా. అస్యా శ్చేష్టాః - భ్రాన్తి సన్తాప సమ్మోహ నిశ్వాస జ్వర ప్రలాపాదయః.

పతిని తిరస్కరించి పిమ్మట (అందుకై) దుఃఖించునది కలహాంతరిత, ఈమెచేష్టలు- భ్రమ, సంతాపము, మూర్ఛ, నిట్టూర్పు, జ్వరము, పలవరింత, లోనగునవి.

ముగ్ధా కలహాన్తరితా యథా.

అనునయతి పతిం న లజ్జమానా,
కథయతి నాపి సఖీజనాయ కిఞ్చిత్,
ప్రసరతి మలయానిలే నవోఢా
వహతి పరం తు చిరాయ శూన్య మన్తః. ౭౯

లజ్జమానా నవోఢా పతిం న అనునయతి=లజ్జించుచున్నదై నవోఢ (తనచే నవమానితుఁడై వెడలిపోయిన) పతిని అనునయింపదు, అపి సఖీ జనాయ కిఞ్చిత్ న కథయతి-మఱియు చెలులకు ఇంచుక (యు) చెప్పదు, పరం తు = మఱి, మలయానిలే ప్రసరతి - అన్తః చిరాయ శూన్యం వహతి = మలయమారుతము వీచుచుండఁగా-హృదయమును చాలసేపు పట్టిదానిని గా వహించును (ప్రియుఁడు వెడలిపోయినదుఃఖమునకు ఏమి చేయనుం దోఁపక మాఢమూగా నుండు ననుట). ముగ్ధ యనుట స్పష్టము. అనునయింప దనుటచే పశ్చాత్తాపము సూచితముగాన కలహాంతరిత,

మధ్యా కలహాన్తరితా యథా.

విరమతి కథనం వినా న ఖేదః,
సతి కథనే సముపైతి కాపి లజ్జా,

ఇతి కలహా మధోముఖీ సఖీభ్యో
లపితు మనాలపితుం సమాచకాఙ్క్షే. ౫౦

కవివాక్యము.—ఖేదః కథనం వినా న విరమతి = (ప్రియునితో నాడినజగడమువలని) దుఃఖము (చెలులతో) చెప్పకొనక తీఱదు, కథనే సతి కాపి లజ్జా సముపైతి = చెప్పకొనఁ గడంగిన ఏవో దాఁటనలవిగాని సిగ్గు పైకొనుచున్నది, ఇతి అధోముఖీ (సతీ) సఖీభ్యః కలహాంలపితుమ్ (చ) అనాలపితుం (చ) సమాచకాఙ్క్షే = ఈహేతువుచేత మోము వాంచినదై (మోము వాంచుట చింతచేత) చెలులకు (ఆ) జగడమును చెప్పకొనుటకు (ను) చెప్పకొనకుండుటకు (ను) కోరినది. ఖేదము మదనకార్యము, చెప్పకొనమి లజ్జాకార్యము, సమానలజ్జామదన కావున ఈకలహాంతరిత మధ్య.

ప్రౌఢా కలహాన్తరితా యథా.

అకరోః కిము నేత్ర శోణిమానం?
కి మకార్షీః కరపల్లవానిరోధమ్?
కలహం కి మధాః క్రుధా రసజ్ఞే?
హిత మస్థ్గా న విద న్తి దైవదష్టాః. ౫౧

నాయిక తన నేత్రాదులను అడుగుచున్నది.—(హే) నేత్ర శోణిమానం కిము అకరోః=(ఓ) (పాడు) కన్నా (నాప్రియునిపై) ఎఱుపును ఏల తాల్చితివి? (నాప్రియతముని ఏల కోపముచే నెఱ్ఱనై చూచితివి?) కరపల్లవ అనిరోధం కిమ్ అకార్షీః = ఓ (పాడు) చిగురుఁ గేలా (నాప్రియతముని) అడ్డగింపమిని ఏల చేసితివి? (చిగురువంటి యోచేయీ నాచేసినతిరస్కారముచే వెడలిపోవుచున్న నాప్రాణేశ్వరుని ఏల అడ్డగింపవైతివి?) రసజ్ఞే క్రుధా కలహం కిమ్ అధాః = (ఓపాడు) నాలుకా కోపముతో (ఆయనతో) జగడము ఏలయాడితివి? (మిమ్మనఁ బనియేమి!) దైవ దష్టాః

హితమ్ అర్థం నవిదన్తి = విధిచేత కలుగఁబడిన (కొట్టఁబడిన) వా (తమకు) అనుకూలమగు ప్రయోజనమును ఎఱుంగరు. (అదృష్టహీనములు మీకు మీరే కీడు గావించికొంటిగనుట. అది యెట్లన, —కన్నా నీ దర్శనమును, కేలా నీ వతనికవుంగిలిని, నాలుకా నీ వతనితోడి సగసల్లా ములను, దుష్టదైవప్రేరణచేత దుర్మార్గమవలంబించినవార లై కోలుపోయితి అని యభిప్రాయము.) దైవవాతి నేత్రాదులకుఁ జెప్పఁబడినందున వా యందు పరిజన భావనకన్న మిత్రభావనయే ఉచితము గాఁ దోఁచుచున్న

తన్ను నిందించుకొనక తనయవయవములను నిందించుటచే ప్రేమా తుర్య పశ్చాత్తాపము లగపడుచున్నవిగాన ఈనాయిక ప్రౌఢ కలహాంతరి

పరకీయా కలహాన్తరితా యథా.

భర్తుర్యస్య కృతే గురుర్లఘు రభూ ద్గోష్ఠీ కనిష్ఠీకృతా
ధైర్యం కోశధనం గతం సహచరీ నీతిః కృతా దూరతః,
నిర్ముక్తా తృణవత్ త్రపా పరిచితా ప్రాణాః ప్యసి ప్యన్నవత్,
స క్రోధా దవధీరితో హతధియా హా తే గృహీ ...

నాయిక తన్నుఁ దాను నిందించుకొనుచున్నది. —యస్య భర్తుః కృ = ఏచెలువుని కొఱకు, గురుః లఘుః అభూత్ = (నాకు) మాను లో పెద్దలు అల్పులుగా అయిరో (నేను అత్తమామలను సరకుసేయనైతిని [లఘుః గురుః అభూత్ = ముక్కడులైన దూతాద్యులు పూజ్యులయిరో నేను ముక్కడి కుంటెనకత్తియలనుగౌరవించితినో, అనియేనిట్లు గ్రహిం వచ్చును] గోష్ఠీ కనిష్ఠీకృతా =(అమ్మలక్కలు ఒకచోట చేరినప్పుడు నన్ను గూర్చి చెప్పుకొనెడి) యపకీర్తి అవగణింపఁబడెనో (నేను అమ్మలక్కలనవ గణింపనైతినో), కోశధనం ధైర్యం గతమ్ = (నా) బొక్కసపు (= మూ ధనమైన (నా) తేఁకువ బోయెనో, సహచరీ నీతిః దూరతః కృతా = నె పుడు నెడఁబాయనిచెలియైన నీతి దవ్వుసేయఁబడెనో (ఎప్పుడును నేను ...

లనినీతిని వదలితినో), త్రపా తృణవత్ నిర్ముక్తా = లజ్జ గడ్డిపోరకయుం బోలె (పనికిరానిదిగస్తువువోలె, అనఁగా మిగుల సులువుగా - ఎట్లును వదలునదిగానిలజ్జను సులువుగావదలుట అనురాగాతిశయముచేత) (లజ్జసయితము నన్ను విడుచునంతయనురాగము ఎవనిపై వహించితినో అని భా., స్రోతస్వినీ బిన్దువత్ పరిచితా = (నాచేత) ఏఱు నీటిబొట్టువోలె (అంత సులువుగా - ఇదియును అనురాగమహిమ చే సులువును) అలవాటుచేసికొనఁబడియెనో (దాఁటఁబడియెనో) (ప్రాణాపాయము గణింపక అలక్ష్యముగా ఏటిని దాఁటితినో), సః హతధియా (మయా) క్రోధాత్ అవధీరితః=అప్రియతముఁడు బుద్ధినుసించిన (నా చేత) కోపముచేత తిరస్కరింపఁబడియెను (బుద్ధి మసించి కోపావిష్టనై అప్రియతముని తిరస్కరించితిని), మాతః విధిః బలీయాన్ = అమ్మరో (అయ్యో) దైవము బలిష్ఠము. (నాదురదృష్టమువలన నట్లుచేసితి ననుట,) 'గురు ర్లఘు రభూత్' అనుటచే పరకీయ, 'అవధీరితః' అనుటచే కలహాంతరిత.

సామాన్యా కలహాన్తరితా యథా.

యత్ పఙ్కేరుహలక్ష్మ పాణికమలే,
భాగ్యాలయే యద్గురుః,
న్యస్తం వా మమ యల్లలాటఫలకే
భాగ్యాక్షరం వేధసా,
తత్ సర్వం సఖి యో యథార్థ మకరోత్
తస్మిన్ ప్రకోపః కృతో,
ధి క్త్వాం! ధి ఙ్మమ జీవితం! ధి గతనుం!
ధి క్చేష్టితం! ధి గ్వయః! ౫౩

సఖి - చెలీ, మమ పాణి కమలే పఙ్కేరుహ లక్ష్మ (అ స్తీతి) యత్ = నాయొక్క కేలుఁ దామరయందు పద్మ రేఖ (ఉన్న దనుట) ఏదో

(పద్మరేఖ మహారాజసంగమ లాభసూచక మని సాముద్రికము), భాగ్యాలయే గురుః (అస్తీతి) యత్ = (జాతకమందు నాజన్మరాశికి) తొమ్మిదవ రాశియందు బృహస్పతి (ఉన్నాఁడనట) ఏదో (జన్మరాశినుండి తొమ్మిదవ రాశికి భాగ్య మనిపేరు, అందు బృహస్పతియున్న మహాసౌఖ్యలాభ మని జ్యోతిశ్శాస్త్రము), లలాట ఫలకే విధసా భాగ్యాక్షరం న్యస్తమ్ ఇతి యత్ = పలకవంటి (నా) నొసటియందు బ్రహ్మచేత ఐశ్వర్యలిపి వ్రాయఁబడెన(ని పెద్దలు అ)నుట యేదో, యః తత్ సర్వం యథార్థమ్ అకరోత్. ఎవఁడు దానినెల్ల సత్యము గావించెనో (ఎవఁడు నన్నుఁగూడి అమితైశ్వర్యముఁగంగనో), తస్మిన్ (మయా) ప్రకోపః కృతః = అతనిపై (నాచేత) గడుసైన కోపము తాల్పఁబడినది (అతనిపై మిక్కిలి కోపగించితిని, అతనితోఁ గఠినముగా జగడమాడితిని), ధిక్ ... వయః = ఇసీ సేకేల! ఇసీ నాప్రాణమేల! ఇసీ మదనుఁడేల! ఇసీ విలాసము లేల! ఇసీ జవ్వనమేల! (ఇవన్నియు నింద్యము అని భా.) ధనప్రవణతచే సామాన్య, కోపకరణముచే కలహాంతరిత.

విప్రలబ్ధ.

సంకేతనికేతనే ప్రియ మనవలోక్య సమాకులహృదయా విప్రలబ్ధా. అస్యాశ్చేష్టాః - నిర్వేద నిశ్శ్వాస సఖీజనోపాలమ్భ చిన్తాశ్రుపాత మూర్ఛాదయః.

సంకేతస్థానమందు ప్రియునిఁ గానక మదిలో తల్లడిల్లునది విప్రలబ్ధ (యనంబడును). ఈనాయికయొక్క చేష్టలు-నిర్వేదము, నిశ్శ్వాసము, సఖులను దూరుట చింత, కన్నీళు విడుచుట, మూర్ఛ, లోనగునవి.

ముగ్ధా విప్రలబ్ధా యథా.

ఆలీభిః శపథై రనేకకపటైః కుఞ్జోదరం నీతయా
శూన్యం తచ్చ నిరీక్ష్య విక్షుభితయా న ప్రస్థితం న స్థితమ్,

న్యస్తాః కి న్తు నవోఢనీరజదృశా కుక్ష్యోపకణ్ఠే తృషా
తామ్యద్భృఙ్గకదమ్బడమ్బరచమత్కారస్పృశో దృష్టయః.

కవివచనము.— (కర్తృకప్రయోగముగా టీక).— ఆలీభిః శపథైః అనేక శపథైః కుక్షి ఉదరం నీతయా= చెలికత్తెలు ఒట్టులు పెట్టుకొనియు పెక్కు మాయలుపన్నియు పొదరింట లోపలికి ప్రవేశపెట్టఁగా, (ప్రవేశించినదియు), శూన్యం తత్ నిరీక్ష్య విక్షుభితయా చ = ప్రియుఁడులేని యాపొదరింటిని గాంచి ఆకులపడినదియును, (అయిన), నవోఢ నీరజదృశా =నవోఢ తామరనేత్రిణ, న ప్రస్థితమ్=(అటనుండి) తరలను లేదు, న స్థితమ్= (అట) నిలువను లేదు, కిం తు = మరి (యేమి చేసిన దనఁగా), తృషా తామ్యత్ భృఙ్గ కదమ్బ డమ్బర చమత్కార స్పృశః దృష్టయః కుక్షి ఉపకణ్ఠే న్యస్తాః = దప్పిచే సోలుచున్న తుమ్మెదల కదుపుయొక్క వేగిరపాటుయొక్క సొంపును పొందినవైన (-సొంపుగలవైన) చూపులను పొదరింటి చెంగటను నిగిడ్చినది (చాటున నెట నేనియుఁ గలఁడో యని ఆసను దెలుపుచూపులతో నలుగడలం బరికించె నని భా.) శపథకపటములచే తెచ్చిరి గావున ముగ్ధ, నాయకుఁడు సంకేతమునకు రానందున విప్రలబ్ధ.

మధ్యా విప్రలబ్ధా యథా.

సంకేత కేళిగృహ మేత్య నిరీక్ష్య శూన్య
మేణీదృశో నిభృతనిశ్శ్వసితాధరాయాః
అర్ధాక్షరం వచన మర్ధవికాసి నేత్రం
తామ్బూల మర్ధకబళీకృత మేవ తస్థా. ౫౫

కవివచనము.—సంకేత కేళి గృహమ్ ఏత్య = సంకేతస్థానమయిన (మరుని) యాటయింటికి పోయి, శూన్యం నిరీక్ష్య = నాయకుఁడు లేని (యాయింటిని) చూచి (అందు నాయకుఁడు లేఁడని యెఱింగి), నిభృత నిశ్వసిత అధరాయాః ఏణీదృశః = ఇతరులకు దెలియరాని నిట్టూర్పులోఁగూడిన

మోవిగల దైన కురంగీనయనయొక్క, వచనమ్ అర్ధ అక్షరమ్ (ఏవ). నేత్రమ్ అర్ధవికాసి (ఏవ) - తామ్బూలమ్ అర్ధ కబళీకృతమ్ ఏవ - తస్యా. మాట (కేవలము) సగ మక్షరములుగలదిగాను - కన్ను (కేవలము) సగము వికసిల్లినదిగాను - తమలము కేవలము సగము మ్రింగఁబడినదిగాను - ఉండెను. నిభృత మగుట లజ్జచేత, అర్ధ మగుట మదనునిచేత; రెండును సమానములుగావున నాయిక ముగ్ధ; శూన్యము గావున విప్రలబ్ధ.

ప్రౌఢా విప్రలబ్ధా యథా.

శూన్యం కుఞ్జగృహం నిరీక్ష్య కుటిలం
విజ్ఞాయ చేతోభవం,
దూతీ నాపి నివేదితా, సహచరీ
పృష్టాపి నో వా తయా;
శమ్భో శఙ్కర చన్ద్రశేఖర హర
శ్రీకణ్ఠ శూలిన్ శివ
త్రాయ స్వేతి పరం తు పఙ్కజదృశా
భర్గస్య చక్రే స్తుతిః. ౫౮

కవివచనము.—(కర్తృగత ప్రయోగముగా టీక).—తయా పఙ్కజదృశా = ఆతామరసాక్షి, కుఞ్జ గృహం శూన్యం నిరీక్ష్య = పొదరింటిని శూన్యముగాఁ గని (నాయకుఁడు లేని పొదరింటిం గాంచి), చేతోభవం కుటిలం విజ్ఞాయ = మదనుని (విరహమందు ఇదే సమయ మని ఏఁచునట్టి) కుటిలునిగా తెలిసికొని, దూతీ అపి న నివేదితా = దూతికి సయితము చెప్పదాయెను, సహచరీ అపి పృష్టా నో వా = చెలికత్తెనైనను అడుగ దాయెను; పరం = మరి యేమి చేసిన దనఁగా, శమ్భో... స్వేతి = ఓశంభూ శంకరుఁడా చంద్రశేఖరుఁడా హరుఁడా శ్రీకంఠుఁడా ముమ్మొనవాలు దాలుపా శివుఁడా. రక్షింపుము అని, భర్గస్య స్తుతిః చక్రే = మహేశ్వరునియొక్క స్తుతిని చేసె

నది నాయిక మదనునిపొగ రణఁచుటకై శివస్తుతి చేయుటచేత ప్రగల్భ, సంకేతమునకు నాయకుఁడు రానందున విప్రలబ్ధ.

పరకీయా విప్రలబ్ధా యథా.

దత్త్వా ధైర్యభుజఙ్గమూర్ధ్ని చరణౌ,
ఫుల్లఙ్ఘ్య లజ్జానదీ,
మఙ్గీకృత్య ఖలాన్ధకారపటలం,
తన్వ్యా న దృష్టః ప్రియః;
సంతాపాకులయా తయా చ పరితః
పాథోధరే గర్జతి
క్రోధాక్రాన్తకృతాన్తమత్తమహిష
భ్రాన్త్యా దృశౌ యోజితే. ౫౭

కవివాక్యము.— (కర్తృకర్మప్రయోగముగా టీక.)—తన్వ్యా = చెలువ, ధైర్యభుజఙ్గమూర్ధ్ని చరణౌ దత్త్వా = ఈలువనెడు పాముయొక్క పడగపై పాదములు పెట్టి, లజ్జానదీమ్ ఉల్లఙ్ఘ్య=లజ్జయనెడి యేటిని దాఁటి, ఖల అన్ధకార పటలమ్ అఙ్గీకృత్య = (తనయందు దోషము ప్రకటించెడు) నీచులనెడి చీఁకటి మొత్తమునకు తెగించి (యు), ప్రియః న దృష్టః = (సంకేతస్థలమున, ప్రియుఁడు గానరాఁడాయెను; (కిం) చ = మఱి, సంతాప ఆకులయా తయా = మదనతాపముచే తల్లడపడినదైన యాచెలువ, పరితః గర్జతి పాథోధరే = (మింట) నెల్లెడలను ఉఱుముచున్న మేఘముమీఁద, క్రోధా...న్త్యా = కోపముచే (ఆక్రాన్త =) ఆవిష్టమైన యమునియొక్క మదించిన దున్నపోతనెడి భ్రమతో, దృశౌ యోజితే = చూపులను తగిలించెను. [ఈలువనఁగా సదాచారమందు స్త్రీలకుం గలపట్టుదల.] ఇందలి రూపకముల తాత్పర్యమగు నుపమల స్వారస్యము ప్రాణమునకు తెగించుట; ఈ తెంపుచే ఈపరపురుషుఁడు ప్రాణమునకన్న ప్రియుఁ డనియు దీనితోడి

యీవిరహము ప్రాణాపాయమునకన్న దుస్సహ మనియు నేర్పడుచున్నది. సహజముగానే యిట్టిదైనయీవిరహమునకు అత్యంతోద్దీపక మైనవారిద్వారణము కూడతోడ్పడినచో నిఁక నేటిప్రాణము! కావున మబ్బు జముని దున్నగాఁ దోఁచెను, అనఁగా మరణసమానదుఃఖకారణ మాయెను. 'ధైర్య', 'ఖల'—వీనిచే పరకీయ యని తెలియుచున్నది, విప్రలబ్ధ యగుట స్పష్టమే.

సామాన్యా విప్రలబ్ధా యథా.

కపటవచనభాజా కేనచి ద్వారయోషా
సకలరసికగోష్ఠీవఞ్చికా వఞ్చితాఽసౌ,
ఇతి విహసతి రిఙ్గద్భృఙ్గవిక్షిప్తచక్షు
ర్వికచకుసుమకాన్తిచ్ఛద్మనా కేళికుఞ్జః. ౫౪

సకల రసిక గోష్ఠీ వఞ్చికా అసౌ వారయోషా = ఎల్ల రసజ్ఞుల సమూహమును మోసముచేయునదైన యీ వారస్త్రీ, కపట వచన భాజా కేనచిత్ వఞ్చితా = మాయ మాట లాడెడివాఁడైన యొకానొకనిచే వంచింపఁబడినది (వాఁడు పెట్టినకల్ల యాశలను సత్యమని నమ్మికొని సంకేతమునకుఁ బోయినదై వాఁడు రానందున మోసపోయినది.); ఇతి = ఇట్లని (ఇందులకై, కేళి కుఞ్జః = స్మరక్రీడకొఱకు (సంకేతస్థానమగు) పొద, రిఙ్గత్ భృఙ్గ విక్షిప్త చక్షుః = ఇటునటు మూఁగుచున్న తుమ్మెద లనెడు నిగిడ్చిన చూపులుగలదై, వికచ కుసుమ కాన్తి చ్ఛద్మనా = విరిసిన పువ్వుల కాంతియనెడు (ఛద్మనా =) మిషచేత, విహసతి = నవ్వుచున్నది.

ఉత్కా.

సంకేతస్థలం ప్రతి భర్తురనాగమనకారణం యాఽఽలోచయతి సోత్కా. అవధిదివసానాగతపతికాయాం ప్రోషిత

భర్తృకాయాం నాతివ్యాప్తిః, తస్యా భర్తురవధిదివసే
భవనాగమననియమ ఇతి సఙ్కేతపదేన వ్యావర్తనాత్.
అస్యాశ్చేష్టాః - అరతి సంతాప జృమ్భాఽఙ్గాకృష్టి
కమ్ప రుదిత స్వావస్థాకథనాదయః.

సంకేతస్థలమునకు భర్త రానందునకు కారణమును ఎవతె యాలోచించునో ఆనాయిక ఉత్కా.(ఈలక్షణమునకు)గడువుదినమున భర్త రానట్టి ప్రోషితభర్తృకయందు అతివ్యాప్తి లేదు, (ఏల యన -) ఆమెయొక్క భర్తకు గడువుదినమున ఇంటికి రావలసిననియమము ఉండుటంబట్టి సంకేతపదముచేత (ఆనాయికను) తప్పించుటవలన. ఈమెయొక్క చేష్టలు - అప్రీతి, జ్వరము, ఆవులింత, ఒడలు విఱుచుకొనుట, వణఁకు, ఏడ్పు, తనయవస్థను చెప్పుకొనుట, లోనగునవి.

ముగ్ధోత్కా యథా.

యన్నాద్యాపి సమాగతః పతి రతః ప్రాయః ప్రపేదే పరాం;
మిత్థం చేతసి చిన్తయ న్త్యపి సఖీం న వ్రీడయా పృచ్ఛతి,
దీర్ఘం న శ్వసితం దధాతి, చకితం న ప్రేక్షతే, కేవలం
కిఞ్చి త్పక్వ పలాణ్డు పాణ్డుర రుచిం ధత్తే కపోలస్థలీమ్. ౫౯

యత్ అద్య అపి పతిః న సమాగతః = ఏల ఇప్పటికిని పతి రాలేదో, అతః ప్రాయః పరాం ప్రపేదే = అందుచేత ప్రాయికముగా అన్యకాంతను గూడినాఁడు; ఇత్థం చేతసి చిన్తయన్తీ అపి = ఇట్లు మనస్సులో తలంచుచున్నది అయినను, వ్రీడయా సఖీం న పృచ్ఛతి = (నాయిక) లజ్జచేత చెలిని (ఏల రాఁడాయెను అని) అడుగదు, దీర్ఘం నిశ్వసితం న దధాతి = నిడుద యూర్పును నిగుడ్పదు, చకితం న ప్రేక్షతే = బెదరుచు (అతనిని) ఎదురుచూడదు, (మఱి), కిఞ్చిత్ ...రుచిం కపోలస్థలీం కేవలం ధత్తే=దోర

గా పండిన నీరుల్లి వలె పాండువర్ణ ముకలవైన గండస్థలములను (కపోలస్థలీమ్-జాత్యేకవచనము) మాత్రము ధరించినది (-గండస్థలములు దోర పండిన నీరుల్లివర్ణముగా పాలిపోయినవని యర్థము. కేవలశబ్దముచేత ఈమదనకార్య మనుమాత్రము అణఁపఁజాల దాయెనని యభిప్రాయము.) మదన కార్శ్యము అయినప్రశ్ననిశ్వాసప్రేక్షణములను లజ్జచే నడంచినది గావున మగ్ధ, సంకేతమునకు పతిరానందుల కారణము నాలోచించుటచే ఉత్కం. రామి అవధిదినమునకుఁగా దనియు సంకేతస్థలమున కనియు అన్యకాంతను గూడె ననుశంకచే తెలియవచ్చుచున్నది.

మధ్యోత్కం. యథా.

ఆనేతుం న గతా కిము ప్రియసఖీ? భీతో భుజఙ్గాత్ కిము?
క్రుద్ధో వా ప్రతిషేధవాచి కిమసౌ ప్రాణేశ్వరో వర్తతే!
ఇత్థం కర్ణ సువర్ణ కైతకరజఃపాతోపఘాతచ్ఛలా
దక్ష్ణోః కాపి నవోఢనీరజముఖీ బాష్పోదకం ముఞ్చతి. ౬౦

ప్రియసఖీ ఆనేతుం గతా న కిము = నెచ్చెలి (ప్రాణేశ్వరుని) గొని తెచ్చుటకు పో లేదా యేమి? అసౌ ప్రాణేశ్వరః భుజఙ్గాత్ భీతః కిము = ఈప్రాణేశ్వరుఁడు (ఆదారిలో కల దని ఎన్నఁబడిన) పామునకు వెఱచి నాఁడా యేమి ? (అథ) వా = అట్లుగాదేని, ప్రతిషేధ వాచి (మయి) క్రుద్ధో వర్తతే కిమ్ = (లజ్జావశముచేత) (సురతము) వలదని (నిన్న నేను) అన్నమాటకు (నాపై) కోపమువహించి యున్నాఁడా యేమి ? ఇత్థమ్ = ఇట్లని (తలపోయుచు), కాపి నవోఢ నీరజముఖీ = ఒకానొక నవోఢ సరో జానన, అక్ష్ణోః కర్ణ సువర్ణకైతక రజః పాత ఉపఘాత చ్ఛలాత్ బాష్ప ఉదకం ముఞ్చతి = కన్నులలో చెవియందలి గేదంగి ధూళియొక్క పాటు వలని మంటయను (ఛలాత్ =) మిషచేత క న్నీళ్లను విడుచుచున్నది.

మిష పెట్టి కన్నీళ్లువిడుచుటచే సమానలజ్జామదన గావున మధ్య, సంకేత

మనకు రామికి కారణ మరయుచున్నది గావున ఉత్క. నాయకుని రాని సంకేతమునకనియు అవధిదినమునకుఁ గాదనియు దూతీప్రేషణ భుజ జృంభ యాది కథనముచే తెలియుచున్నది.

ప్రౌఢోత్కా యథా.

భ్రాత ర్నికుఞ్జ, సఖి యూథి, రసాల బన్ధో,
మాత స్తమస్విని, పిత స్తిమిర, ప్రసీద;
పృచ్ఛామి కిఞ్చి దితి, నీరధరాభిరామో
దామోదరః కథయ కి న్న సమాజగామ. ౬౧

గోపిక పలుకుచున్నది.—భ్రాతః...బన్ధో రసాల...ప్రసీద=అన్నా పొదరిల్లా, చెలీ అడవిమొల్లా, చుట్టమా తీయమామిడీ, అమ్మా రాత్రీ, నాయనా చీఁకటీ, కరుణింపుము; ఇతి కిఞ్చిత్ పృచ్ఛామి = ఇదిగో ఒక విషయము అడిగెదను, నీరధర అభిరామః దామోదరః కిం న సమాజగామ కథయ = మేఘునివలె (మేఘశ్యాముఁడై) మనోహరుఁడైన శ్రీకృష్ణుఁడు ఏల రాలేదో చెప్పుము. నాయకుఁడు రానందుల కారణమును ప్రకాశముగా అడుగుటచేత ప్రౌఢోత్క. ఇందలిసంబుద్ధు లన్నియు లింగోచితములుగాను ఆయా వస్తువు లొనర్చునుపకృతి కర్తృములుగాను ఉన్నవి.

పరకీయోత్కా యథా.

స్నాతం వారిదవారిభి, ర్విరచితో వాసో ఘనే కాననే,
శీతై శ్చన్దనబిన్దుభి ర్మనసిజో దేవః సమారాధితః,
నీతా జాగరణవ్రతేన రజనీ, వ్రీడా కృతా దక్షిణా,
తప్తం కి న్న తపః స్తథాఽపి స కథం నా ద్యాపి నేత్రాతిథిః?

(కర్తృగ్రన్థకప్రయోగముగా టీక).—(నాయిక తనచర్యను తపశ్చర్యగా వర్ణించుచున్నది:) వారిద వారిభిః స్నాతమ్ = మేఘ జలములతో స్నానమాడితిని, ఘనే కాననే వాసః విరచితః = కా అడవిలో నివాసము

చేసితిని, మనసిజో దేవః శీతైః చన్దనబిన్దుభిః సమారాధితః = కామ దేవుని చల్లని గంధపు బొట్లతో పూజించితిని, రజనీ జాగరణ వ్రతేన నీతా = రాత్రిని జాగారపు నియమమునఁ గడపితిని, వ్రీడా దక్షిణా కృతా = లజ్జను (తపస్సాద్గుణ్యార్థము) దక్షిణగా ఇచ్చితిని; తపః న తప్తం కిమ్ = (ఇవ్విధమున) తపస్సు చేయ కుంటి నా (చేయనే చేసితి ననుట), తథా అపి=అట్లు ను, సః అద్య అపి కథం నేత్రాతిథిః న = అతఁడు ఇప్పటికిని ఏల కనువిందు గాఁడాయెను.? లజ్జ నుజ్జగించి, వానలోఁ దోప్పదోఁగుచు, కాఁ అడవిలోని యీసంకేతస్థలమునకు వచ్చి, గాయులందినగంధంపు మైపూఁత వానకుఁ దడిసి బొట్టుబొట్టుగా రాలుచుండ, వల్లభు నెదురు సూచుచు, రాత్రియెల్ల మేలుకొనియుంటిని; ఇంకను రాఁడాయెను; ఏమి కారణమో! అనుట. స్నాన వనవాస దేవపూజా జాగరణ దానములు తపోఽంగములు; అవి జరిగినవి గాని అందులసిద్ధి ప్రియుఁడు (ప్రత్యక్ష మగుట) లేకపోయె నని యర్థము. తపస్సులకు సయితము దుర్లభుఁడని ప్రియుని సౌభాగ్యాతిశయము ధ్వనిత మగుచున్నది.

ప్రియునిరామికి కారణ మరయుటచే ఉత్క, స్వీయ ఎప్పటికిని వ్రీడను వదలదు గావునను సామాన్యకు అది లేనే లేదు గావునను తత్ప్రాగోక్తిచే పరకీయ.

సామాన్యోత్కా యథా.

కథన్న కాన్తః సముపైతి కుఞ్జ,
మిత్థం చిరం చేతసి చిన్తయన్తీ
ప్రాక్షాళయ న్నిష్పతదశ్రువారా
వారాఙ్గనా కాపి ధనాభిలాషాత్. ౬౩

కాన్తః కుఞ్జం కథం న సముపైతి = కాంతుఁడు పొదరింటికి ఏల రాలేదు, ఇత్థం...యన్తీ = ఇట్లని చాలసేపు మనస్సులో తలపోసినదై, కాపి

వారాఙ్గనా = ఒకానొక వేశ్య, ధన అభిలాషాత్ నివృతత్ అశ్రువారా (శుఙ్గం) ప్రాత్షాళయత్ = విత్తమందలి యాసచేత (తనకు రాఁదగినధనము రాకపోయె ననుశోకముచేత) ఉప్పతిల్లుచున్న బాష్ప జలములో (ఆపాద రింటిని) కడిగెను.

వాసకసజ్జ.

> అద్య మే ప్రియవాసర ఇతి నిశ్చిత్య యా సురతసామగ్రీం సజ్జీకరోతి సా వాసకసజ్జా; వాసకో వారః; అస్యాశ్చేష్టాః — మనోరథ సఖీపరిహాస దూతీప్రశ్న సామగ్రీ సంపాదన మార్గ విలోక నాదయః.

నేఁడు నాప్రియుని (ప్రియుఁడు వచ్చెడు) దినము అని నిశ్చయించుకొని ఎవతె సంభోగసామగ్రిని సిద్ధపఱుచుకొనునో ఆమె వాసకసజ్జ (యనంబడును); వాసకము = వారము; ఈమెయొక్క వ్యాపారములు — కోరికలు, చెలియగతాళి, దూతిని ప్రశ్నించుట, భోగ్యపదార్థములను సమకూర్చుట, దారి చూచుట, లోనగునవి.

ముగ్ధా వాసకసజ్జా యథా,

హారం గుమ్ఫతి తారకాన్తిరుచిరం
గ్రథ్నాతి కాఞ్చీలతాం,
దీపం న్యస్యతి, తత్ర కిం తు బహుళం
స్నేహం న దత్తే పురః,
ఆలీనామితి వాసకస్య రజనౌ
కామానురూపాం క్రియాం

సాచిస్మేరముఖీ నవోఢసుముఖీ
కాచిత్ సముద్వీక్షతే. ౭౮

కాచిత్ నవోఢ సుముఖీ వాసకస్య రజనౌ = ఒకానొక నవోఢ సుందరానన (ప్రియుఁడు వచ్చెడు) నాఁటి రాత్రియందు, తార కాన్తి రుచిరం హారం గుమ్ఫతి = ఆణిముత్యముల జిగిచేత వెలుంగుచున్న పేరును గ్రుచ్చును, కాఞ్చీ లతాం గ్రథ్నాతి = ముల్లెత్రాటితీఁగను (తీఁగవంటి మొల త్రాటిని) గ్రుచ్చును, దీపం న్యస్యతి కింతు తత్రపురః బహుళం స్నేహం న దత్తే = దీపము పెట్టును కాని (వెలుతురులో తనకు లజ్జయగు నని) ఆదీపమందు (అనఁగా ఆదీపముయొక్క ప్రమిదయందు) ప్రమ్మిట వలయు నేని పెట్టవచ్చు నని) విస్తారము నూనె యిడదు, ఇతి = ఇవ్విధమున, (ఇట్లు చేయుచున్నదై), సాచి స్మేర ముఖీ (సతీ) = (ఒకప్రక్కకు మరలిన నగు మొగ ముగలదై), ఆలీనాం కామ అనురూపాం క్రియాం సముద్వీక్షతే = (లజ్జచే) గూఢంబు (ను తన) మనోరథంబులకు తగినది (యు నగు) (సురతి) వ్యాపా రమును ఎదురుచూచుచున్నది. లజ్జాతిశయముచే ముగ్ధ, సజ్జనముచే వాసకసజ్జ.

మధ్యా వాసకసజ్జా యథా.

శిల్పం దర్శయితుం కరోతి కుతుకాత్ కిఞ్జల్కహారస్రజం,
చిత్రప్రేక్షణకైతవేన కిమపి ద్వారస్థమీక్షతే
గృహ్ణాత్యాభరణం నవం సహచరీభూషాం జిగీషాముషా,
దిత్థం పద్మదృశః ప్రతీత్యచరితం స్మేరాననోఽభూత్ స్మరః.

(ఒకానొక నాయిక), శిల్పం దర్శయితుం కుతుకాత్ కిఞ్జల్క హార స్రజం కరోతి = (దండగ్రుచ్చు) విద్దెను (-ఆవిద్యయందు తనకుఁగల నేర్పును) (చెలులకు) చూపుటకు ఉత్సాహముచేత (చూపునెపమున (ఎఱ్ఱగలువల చే రమణీయమయిన దండను గ్రుచ్చును, చిత్ర...క్షతే = (ద్వారపార్శ్వముల

గోడయందు వ్రాయఁబడిన చిత్తరువును చూచు నెపమున ఏమో వింత పడుచు ద్వారమును మాటిమాటికిఁ గాంచును, సహచరీ భూషాజిగీషామిషాత్ నవమ్ ఆభరణం గృహ్ణాతి = చెలుల నగవులను గెలువఁగోరుటయను నెపమున క్రొత్తనగను ధరించును, ఇత్థం పద్మ దృశః చరితం ప్రతీత్య స్మరః స్మేర ఆననః అభూత్ = ఇవ్విధమున కమల నయనయొక్క చర్యను ఎఱింగి మదనుఁడు చిఱునగవుతోడి మోముగలవాఁడు ఆయెను.

స్రగాభరణధారణము సజ్జనము, ద్వారము చూచుట, కాంతు నెదురు చూచుట, ఇవి మదనకృత్యము - వీనికి నెపములు పన్నుట లజ్జాకృత్యము - రెండును తుల్యబలములు కాన ఈ నాయిక మధ్య వాసకసజ్జ.

ప్రగల్భా వాసకసజ్జా యథా.

కృతం వపుషి భూషణం, చికురధోరణీ ధూపితా,
కృతా శయనసన్నిధౌ క్రముకవీటికాసంభృతిః,
అకారి హరిణీదృశా భవన మేత్య దేహత్విషా
స్ఫురత్కనక కేతకీకుసుమ కాన్తిభి ర్దుర్దినమ్. ౬౭

(కర్తృప్రయోగమున టీక.)— హరిణీ దృశా = మృగీ నయన, వపుషి భూషణం కృతమ్ = మేన అలంకారమును దాల్చెను, చికుర ధోరణీ ధూపితా = తలవెండ్రుకల ముత్తునకు (పరిమళ) ధూపముపట్టించుకొన్నది, శయన సన్నిధౌ క్రముక వీటికా సంభృతిః కృతా = పానుపు నొద్ద వక్కలయొక్కయు తములపాకులయొక్కయు సంభారమును సిద్ధపఱిచినది, (అనంతరము), భవనమ్ ఏత్య దేహ త్విషా స్ఫురత్ కనక కేతకీ కుసుమ కాన్తిభిః దుర్దినమ్ అకారి = పడకటింటిని చొచ్చి (తన) మేనిజిగిచేత వెలుఁగొందుచున్న (జడలోని) గేదంగి పూవులకాంతులచేత మబ్బుగమ్మినదినమును చేసినది (గేదంగిపూవులకాంతి ఆమె దేహకాంతిచేత మఱియు దేదీప్యమానమై దట్టముగా పడకటిల్లంతయు నిండెనని భా.) సజ్జన మెల్ల స్వయముగా నొనర్చుకొనుటచే ప్రౌఢ వాసకసజ్జ.

మనోరథో యథా.

అవయో రజ్జయో ర్ద్వైతే భూయో నిరహ విప్లవః,
అద్వైతే చ స్మితస్ఫీతం న స్యా దన్యోన్యవీక్షణమ్. ౯౭

ఒకానొకనాయిక సఖితో చెప్పుచున్నది.— అవయో... విప్లవః (స్యాత్) = మాయిరువుర దేహములకును ద్వైతమందు (అతనిదేహంబును నాదేహంబును వేర్వేఱుగా రెండుగా నుండునెడల) ఎక్కుడవిరహంపు టుపద్రవము (కలుగును), అద్వైతే చస్మిత స్ఫీతమ్ అన్యోన్య వీక్షణం న స్యాత్ = ఏకత్వమందైననో (రెండుదేహములును రెండుగా నుండక ఒక్కటియ యగునేని) చిఱునవ్వుచేత పుష్టమైన ఒండొరుల దర్శనము ఉండదు.

పరకీయా వాసకసజ్జా యథా.

శ్వశ్రూం స్వాపయతి, చ్ఛలేన చ తిరోధత్తే ప్రదీపాఙ్కురా-
న్ధత్తే సౌధకపోతపోతనినదైః సాఙ్కేతికం చేష్టితమ్,
శశ్వత్పార్శ్వవివర్తితాఙ్గలతికం లోలత్కపోలద్యుతి
క్వాపి క్వాపి కరామ్బుజం ప్రియధియా సేయం నిక్షేప్స్యతి.

(ఒకానొకతె) శ్వశ్రూం ఛలేన స్వాపయతి చ, అత్తను మిషచే నిద్రఁబుచ్చును (మఱియు), ప్రదీప అఙ్కురాన్ తిరోధత్తే = దీపపు మొగ్గలను మఱుఁగుపఱుచును, సౌధ కపోత పోత నినదైః సాంకేతికం చేష్టితం ధత్తే = మేడమీఁది పావురపుఁ బిల్లల గుబాళింపుల చేత సంకేతముకొఱకైన చేతను చేయును, శశ్వత్ పార్శ్వ వివర్తిత అఙ్గ లతికమ్ = మాటిమాటికి ప్రక్కకు దొరలింపఁబడిన (దొరలిన) మేని తీఁగ గలుగునట్లుగాను, లోలత్ కపోల ద్యుతి = ప్రసరించుచున్న చెక్కిళ్ల తేజముగలుగునట్లుగాను, తల్ అన్తికే = సెజ్జచెంతను, క్వాపి క్వాపి = ఎక్కడెక్కడనో, ప్రియధియా ప్రియుఁడు (వచ్చి నిలిచి యున్నాఁడేమో) అనుతలంపుచేత, కర అమ్బుజ

న్యస్యతి= కేలుఁ దామరను ఉంచుసు. అప్రకటసజ్జనముచేతను కపోత పోతనినవసంకేతముచేతను పరకీయ వాసకసజ్జ.

సామాన్యా వాసకసజ్జా యథా.

చోళం నీల నిచోళ కర్షణ విధౌ,
చూడామణిం చుమ్బనే,
యాచిష్యే, కుచయోః కరార్పణవిధౌ
కాఞ్చీం పునః కాఞ్చనీమ్,
ఇత్థం చన్దన చర్చితై ర్మృగమదై
రఙ్గాని సంస్కుర్వతీ
తత్ కిం యన్న మనోరథం వితనుతే
వారేషు వారాఙ్గనా. ఉ.నా

నీల...ధౌ చోళమ్ = (నా) నల్లని దుప్పటిని (అతఁడు) లాగు పని యందు (సమయమందు) (వెలపొడుగు) అడిగెదను, చుమ్బనే చూడామణిమ్= మోవియానుటయందు సిగరత్నమును, పునః = ఇంక, కుచ...ధౌ కాఞ్చనీం కాఞ్చీమ్ = చన్నులమీఁద చేయి యుంచు పనియందు బంగారపు మొల త్రాటిని, యాచిష్యే = అడిగెదను; ఇత్థ...ర్వతీ = ఈవిధముగా (ధనా శచే) గంధముతోఁగలిపిన కస్తూరులతో అవయవములను తావిగొల్పుచు, వారాఙ్గనా వారేషు యత్ మనోరథం న వితనుతే తత్ కిమ్ = వేశ్య సంకేతనదినములయందు ఏవస్తువునందు కోరికను వహింపదో అవస్తువు ఏది? (ఏదియు లేదనుట.) యత్ - అవ్యయము.

స్వాధీనపతిక.

సదా సాకూతేఙ్గితాకారః ప్రియతమో యస్యాః సా స్వాధీనపతికా, అస్యాశ్చేష్టాః వనవిహారాది మదనమహోత్సవ మదాహంకార మనోరథావాప్తి ప్రభృతయః.

ఎప్పుడును సాభిప్రాయసంజ్ఞలచే తెలుపఁబడు నాజ్ఞలను నెఱవేర్చెడు ప్రియతముఁడు గలది స్వాధీనపతిక (యనంబడు). అనఁగా యెల్లప్పుడు లోనగు సాభిప్రాయచేష్టలచేత నాయిక తెలుపుచుండు నాజ్ఞలను సర్వదా నాయకుఁడు నెఱవేర్చుచుండు నేని ఆ నాయిక స్వాధీనపతిక యని సంజ్ఞ. ఈమెయొక్క వ్యాపారములు-వనవిహారాదికము, మనోరథప్రాప్తి, లోనగునవి.

ముగ్ధా స్వాధీనపతికా యథా.

మధ్యే న క్రశిమా, స్తనే న గరిమా,
దేహే న వా మజ్జిమా,
శ్రోణౌ న ప్రథిమా, గతౌ న జడిమా,
నేత్రే న వా వక్రిమా,
లాస్యే న ద్రఢిమా, న వాచి పటిమా,
హాసే న వా స్ఫాతిమా,
ప్రాణేశస్య తథాపి మజ్జతి మనో
మ య్యేవ కిం కారణమ్? ౨౦

ముగుద సఖితో పల్కుట.—(నాకు), మధ్యే క్రశిమా న = నడుమున సన్నఁదనము లేదు, స్తనే గరిమా న = (స్తనే అని జాత్యేకవచనము) కుచములయందు బరువు లేదు, దేహే మజ్జిమా వా న = ఒడలియందు సౌందర్యంబు ను లేదు, శ్రోణౌ ప్రథిమా న = పిఱుందునందు వైశాల్యము లేదు గతౌ జడిమా న = నడకయందు మందత లేదు, నేత్రే వక్రిమా వా న.

కంటియందు (చూపులందు) వంకర యును లేదు, లాస్యే ప్రథిమా న = ఆట యందు దిట్టతనము లేదు, వాచి పటిమా న = మాటయందు నేర్పు లేదు, హాసే స్ఫాతిమా వా న = నవ్వునందు ప్రాగల్భ్యముయొక్క లక్ష్మియులేదు, తథా అపి - అట్లు అయినను, ప్రాణేశస్య మనః మయి ఏవ మజ్జతి కారణం కిమ్ = (నా) ప్రాణేశ్వరుని మనస్సు నాయం దే మునింగియున్నది కారణ మేమి? ఆయాగుణములు లే వనుటయందు, లక్షణచేతఁగాని, (నక్షునకుఁ గల యీపదర్థముంబట్టిగాని), కొంచపాటిగాఁ గలవే గాని విస్తారముగా లేవని యభిప్రాయము.

మధ్యా స్వాధీనపతికా యథా.

యదపి రతిమహోత్సవే నకారో,
యదపి కరేణ చ నీవిధారణాని,
ప్రియసఖి పతి రేష పార్శ్వదేశం
తదపి న ముఞ్చతి చేత్ కిమాచరామి. ౭౧

నాయిక చెప్పుట.—ప్రియసఖి = నెచ్చెలీ, రతి మహోత్సవే న కారః యదపి = మరుకేళి యనెడు పెనుఁబండువునందు (నాచే) నిషేధము చేయఁబడినను (వలదు వల దని నే నెంత నిషేధించినను), కరేణ నీవి ధారణాని యదపి చ = చేతితో పోఁకముడిని పట్టుకొన్నప్పటికిని (అతఁడు నాపోఁకముడిని సడల్పఁబోఁచ్చినప్పుడు నేను సడల్పనీయకుండ నాచేతితో పోఁకముడిని గట్టిగా పట్టుకొన్నను), తదపి=అప్పటికిని, ఏష పతిః పార్శ్వ దేశం న ముఞ్చతి చేత్ కిమ్ ఆచరామి = ఈయన నాభర్త (నా)పార్శ్వ ప్రదేశమును వదలఁ డేని ఏమి చేయుదును (వదలకున్నాఁడే ఏమిచేయుదు ను). భర్తృవాల్లభ్యాతిశయముచే స్వాధీనపతిక. నీవిని గట్టిగా పట్టుకొనుటచేతను రతిని మహోత్సవ మనుటచేతను సమానలజ్జామదన గావున మధ్య.

ప్రౌఢా స్వాధీనపతికా యథా.

వక్త్ర స్యాధరపల్లవస్య వచసో
లాస్యస్య హాస్యస్య వా
ధన్యానా మర విన్దసున్దరదృశాం
కాన్త స్తనోతి స్తుతిమ్;
స్వప్నే నాపి న గచ్ఛతి శ్రుతిపథం
చేతఃపథం దృక్పథం
కాప్యన్యాదయితస్య మే సఖి కథం
త స్యాస్తు భేదగ్రహః? ౭౨

సఖి = ఓచెలీ, కాన్తః అరవిన్ద సున్దర దృశాం ధన్యానాం వక్త్రస్య అధర పల్లవస్య వచసః లాస్యస్య హాస్యస్య వా స్తుతిం తనోతి = (లోకములో) వల్లభుఁడు తామరలవలె సొగసైన కన్నులుగల యదృష్టవంతురాండ్రయొక్క మొగమును మోవి చిగురును మాటను ఆటను నవ్వును స్తోత్రముచేయును, (వాశబ్దము సముచ్చయార్థకము; మే దయితస్య అన్యా కాపి స్వప్నే వా అపి శ్రుతిపథం చేతఃపథం దృక్పథం న గచ్ఛతి = నా వల్లభునికి ఇతరవనిత యెవ్వతెయు కలలోనైనను శ్రవణమార్గమును మనోమార్గమును నేత్రమార్గమును చొరదు; తస్య భేద గ్రహః కథమ్ అస్తు = అయనకు భేద జ్ఞానము ఎట్లు కలుగును (ఇతరవనితలను దలంపనందున నా వక్త్రాదికమునకును వారివక్త్రాదికమునకును గల తారతమ్యము తెలియనందున నావక్త్రాదికమును నాదయితుఁడు పొగడుట లేదు, కావున వారివంటి ధన్యను నేను గాను అని యర్థము. (నేనే ధన్యనని భావము.) భర్తృవాల్లభ్యాతిశయాహంకారముచేత స్వాధీనపతిక, అయ్యహంకారము ధ్వనితమౌటచేగాన ప్రౌఢ.

పరకీయా స్వాధీనపతికా యథా.

స్వీయాః సన్తి గృహే సరోరుహదృశో
యాసాం విలాసక్వణత్
కాఞ్చీ కుణ్డల హేమకఙ్కణ ఝణా
త్కారో న విశ్రామ్యతి;
కో హేతుః సఖి కాననే పురపథే
సౌధే సఖీసన్నిధౌ
భ్రామ్యన్తీమపి వల్లభస్య పరితో
దృష్టిర్న మాంముఞ్చతి॥ ౭౩

సఖి = ఓచెలీ, (వల్లభస్య) గృహే = (ప్రియుని) యింట, యాసాం...విశ్రామ్యతి = ఎవతెలయొక్క లీలాగమనాదికముచేత మ్రోగుచున్న - మొలనూలు కమ్మలు బంగారుగాజులు - అనువీని మ్రోఁత ఎడతెగదో, (అట్టి), స్వీయాః సరోరుహదృశః సన్తి = వివాహితలైన తామరసాక్షులు కలరు, (తథా) అపి, ఇట్లున్నను, కాననె పుర పథె సౌధె సఖీ సన్నిధౌ పరితః భ్రామ్యన్తీం మామ్ = అడవిలోను ఊరి దారిలోను మేడయందును చెలులచెంతను అచ్చటచ్చట సంచరించుచుండు నన్ను, వల్లభస్య దృష్టిః = చెలువుని చూపు, న ముఞ్చతి = వదలదు, కో హేతుః = (ఇందులకు) కారణము ఏమి (చెప్పుము అనుట), ఏదో ఒకవ్యాజంబున నతఁడు నిరంతరమును నన్నే చూచుచునుండు నని యర్థము. అతనియనురక్త్యతిశయము భా.

దానిచే స్వాధీనపతిక, 'స్వీయాః సన్తి' - అనుటచేత తాను స్వీయ గాదు, ధనాపేక్ష లేదు గాన వేశ్యగాదు, కావున పరకీయ.

వేశ్యా స్వాధీనపతికా యథా.

సన్త్యేవ ప్రతిమన్దిరం మృగదృశో
యాసాం సుధా సాగర

స్రోతస్స్వాప్లుత సరోజ సున్దర చమ
త్కారా దృశో విభ్రమాః
చిత్రం కిన్తు విచిత్ర మన్మథ కలా
వైశద్య హేతోః పున
ర్విత్తం చిత్తహారం ప్రయచ్ఛతి యువా
మయ్యేవ కిం కారణమ్? ౭౪

(హే సఖి = ఓచెలీ;, యాసాం దృశః విభ్రమాః=ఎవతలయొక్క నేత్రముయొక్క విలాసములు, సుధా...,త్కారాః = అమృతపుఁ గడలి ప్రవాహమునందు అంటుకొనియున్న తామరలయొక్క యందమైన యొప్పు వంటి యొప్పుగలవియో, (తాదృశ్యః) మృగ దృశః = (అటువంటి) హరిణ లోచనలు, ప్రతిమన్దిరం సన్తి ఏవ = ఇంటింటను ఉండనే యున్నారు; కింతు = అటు అయినను, (అయమ్) యువా = (ఈ) పడుచువాఁడు, విచి...హేతోః = వింతయైన కామశాస్త్రప్రోక్త సురతవ్యాపారములయందలి నేర్పు నిమిత్తము, మయి = నాకు, పునః = మాటికి, చిత్త హారం విత్తం ప్రయచ్ఛతి ఏవ = (నా) మనస్సును హరించునదైన (విస్తారమైన) ధనము ను ఇచ్చుచునేయున్నాఁడు, కిం కారణమ్ = (ఇందులకు) ఏమి నిమిత్తము? ఇట విత్తదానమును కేవలము తనమీఁదియనురాగమును చెప్పుటచేత నాయిక వేశ్య స్వాధీనపతిక.

అభిసారిక.

స్వయ మభిసరతి ప్రియ మభిసారయతి వా యా సాభిసారికా. అస్యా శ్చేష్టాః సమయానురూప వేష భూషణ శఙ్కా ప్రజ్ఞా నైపుణ్య కపట సాహ సాదయ ఇతి పర

కీయాయాః; స్వీయాయాస్తు ప్రకృత ఏవ క్రమః, అల క్ష్యతా సంపాదకస్య శ్వేతాద్యాభరణ గ్రహణస్య స్వీయాభిసారికాయా మసంభవాత్.

ఎవతె ప్రియునికడకు తానే యేగునో, ఒండె, ఎవతె ప్రియుని తన కడకు రప్పించుకొనునో, ఆనాయిక అభిసారిక (యనం బరగును). ఆమె యొక్క వ్యాపారములు (ఎవ్వి యన) :—పరకీయాభిసారికకు కాలాను రూపములయిన వేషభూషణములు (తా నితరులకు గోచరింపకయుండుటకు సాధనభూతముగా వెన్నెలలో తెల్లనివి-చీకటిలో నల్లనివియు,) (ఒరులు కందురోయను) జంకు తెలివి నేర్పు కపటము సాహసము లోనగునవి; స్వీయాభిసారికకు సహజమగు వేషభూషాదికమే, స్వీయాభిసారిక కాన రాకుండుటకై శ్వేతనీలములుగా భూషలను దాల్పదు గాన.

ముగ్ధాభిసారికా యథా.

దూతీ విద్యుదుపాగతా, సహచరీ
రాత్రిః సహస్థాయినీ,
దైవజ్ఞో దిశతి స్వనేన జలదః
ప్రస్థానవేళాం శుభామ్,
వాచం మాఙ్గలికీం తనోతి తిమిర
స్తోమోఽపి ఝిల్లీరవైః,
జ్ఞాతోఽయం దయితాభిసారసమయో
ముగ్ధేవిముఞ్చత్రపామ్. ౭౯

అభిసరించుటకు తామసించుచున్న నాయికతో సఖి పలుకుట.—(దారిచూపుటకు) విద్యుత్ దూతీ ఉపాగతా = మెఱపుదీగయనెడు దూతి వచ్చియున్నది (నీవు త్వరగా తరలవేని అది విసుగు చెందునని భా.), రాత్రిః

సహచరీ సహ స్థాయినీ = రాత్రియనెడు చెలికత్తియ కూడనె యుండునది (వెండియు నీవు ఇల్లుచేరువఱకు నీకు తోడుగా నుండు ననియు తామసింతు వేని మఱల ఇల్లుసేరకముందే తెల్లవాఱి నీగుట్టు బట్టబయలగుననియు భా.), జలదః దైవజ్ఞః స్వనేన శుభాం ప్రస్థాన వేళాం దిశతి = మేఘుఁడనెడు జోస్యుఁడు ఉఱుముచేత మంగళమైనప్రయాణసమయమును చెప్పుచున్నాఁడు (ఈయుఱుముచే మరుబారింబడి వేగిరపడి నీమనోనాయకుఁడు నీకై సంకేతస్థలమున కనుపెట్టుకొని యుండును, కాన నీకు కార్యసిద్ధియగును అనిభా.), అపి (న) తిమిర స్తోమః ఝిల్లీ రవైః మాఙ్గలికీం వాచం తనోతి = మఱి(యు) చీఁకటి మొత్తము ఇలకోడి ధ్వనులరూపమున మంగళకరమయిన వాక్కును (ఆశీర్వాదము ననుట) ప్రకటించుచున్నది (ఈకటికిచీఁకటిలో నిన్నెవరును గనలేరు, ఈయిలకోళ్ళ యీగింగురుశబ్దములో నీనడకచప్పుడు ఎవరికిని వినఁబడదు అని భా.), దయిత అభిసార సమయః అయం జాతః = ప్రియుని గూర్చి యభిసరింపనగు వేళ యిదే వచ్చినది, ముగ్ధే త్రపాం విముఞ్చ = (ఓ) బేలా లజ్జను విడువుము. ముగ్ధాభిసారిక యని స్పష్టము.

మధ్యాభిసారికా యథా.

భీ తాసిఽ నైవ భుజగాత్ పథి, మద్భుజస్య
సఙ్గే పునః కి మపి కమ్ప ముఱీకరోషి,
అన్యోన్యధరధ్వనిభి రక్షుభి తాఽసి, తన్వి,
మద్వాచి సాదివద నాఽసి, కి మాచరామి? ౭౬

సంకేతస్థలము చేరిన నాయికతో ప్రియుఁడు పలుకుట. — తన్వి = ఓసుందరీ, పథి భుజగాత్ భీతా నైవాసి (= న ఏవ అసి) = దారిలో పామునకు వెఱచినదానవు కానే కావు (దారిలో పాము కల దని కించదంలి యున్నను వెనుదివియక వచ్చితివి, అని భా.), మత్ భుజస్య సఙ్గే పునః కమ్ అపి కమ్పమ్ ఉరీకరోషి = నా బాహువుయొక్క యాలింగనమునకు

అయినను ఏమో యనిర్వచనీయమైన వణఁకును దాల్చెదవు; (చంపెడుదానిని సరకుసేయక కొంచెపుదానికి వెఱచుట యాశ్చర్య మని ధ్వని. లజ్జా పరవశవై సంభోగము మానుదు వేని నీవు ఇంతసాహసము చేసి వచ్చినందుల కేమి ఫలముకి కావున లజ్జ మాని సంభోగాభిముఖివి కమ్మని యభిప్రాయము); అమ్భోధర ధ్వనిభిః అక్షుభితా అసి = మేఘముయొక్క యుఱుములకు బెదరనిదానవు అగుదువు, మత్ వాచి సాచి వదనా అసి = నా మాటకు పెడమొగముగలదానవు అగుచున్నావు (ప్రియప్లే యభిప్రాయ మెఱుంగ వలయును), కిమ్ ఆచరామి = ఏమి చేయుదును!

సాహసము మదనకార్యము, వణఁకును సాచివదనత్వమును లజ్జాకార్యము; రెండును సమానములు గావున నాయిక మధ్య; పథీత్యాదివాక్యార్థముచేత నభిసారిక యని యెఱుకవడుచున్నది.

ప్రౌఢాభిసారికా యథా.

స్ఫురదురసిజభారభఙ్గురాఙ్గీ
కిసలయకోమలకాన్తినా పదేన
అథ కథయ కథం సహేత గన్తుం
యది న నిశాసు మనోరథో రథః స్యాత్. 22

సంకేతస్థలమున కేఁగుదెంచిననాయికను గుఱించి నాయకుఁడు 'నాబతిమాలుటచేత ఈసుందరి వచ్చినది గాని తనకోర్కెచేతఁ గాదు', అని వాదింపఁగా అతనితో నాయికాసఖి పల్కుచున్నది.—స్ఫురత్ ఉరసిజ భారభఙ్గుర అఙ్గీ = ఉబుకుచున్న పాలిండ్ల బరువుచేత సోలుచున్న మేనుగలది (ఈచెలువ), మనోరథః రథః న స్యాత్ యది = కోరిక బండి గా దేని, నిశాసు = రాత్రులయందు, కిసలయకోమలకాన్తినా - కిసలయ = చిగురుయొక్క కోమలకాన్తినా = మృదుకాంతివంటిమృదుకాంతిగలదైన, పదేన = అడుగు (ల) తో, గన్తుం కథం సహేత అథ కథయ = అభిసరించు

టకు ఎట్లు ఓపునో మతి చెప్పుము. బరువుమోచుచు మెత్తనియడుగులతో దారి యగపడని చీఁకటిలో నడచుటవలని మహాయాసమును సరకుగొనమి మనోరథమహత్త్వముచేతను, కావున ప్రౌఢాభిసారిక.

పరకీయా ఽభిసారికా యథా.

రభసా దభిసర్తు ముద్యతానాం
వనితానాం సఖి, వారిదో వివస్వాన్,
రజనీ దివసో, ఽన్ధకార మర్చి,
ర్విపినం వేశ్మ, విమార్గ ఏవ మార్గః. ౭౮

'ఇ దేమి యిట్టిసమయములో నభిసరింపఁ గడంగితివి?' అని యడిగిన సఖితో నాయిక పలుకుచున్నది.— సఖి = ఓచెలీ, రభసాత్ అభిసర్తుమ్ ఉద్యతానాం వనితానామ్ = వడిగా అభిసరించుటకు దొరకొన్నటువంటి యత్యంతానురక్తలైన చెలువలకు, వారిదః వివస్వాన్ = మేఘుఁడే సూర్యుఁడు, రజనీ దివసః = రాత్రియే పగలు, అన్ధకారమ్ అర్చిః = చీఁకటియే వెలుతురు, విపినం వేశ్మ = అడవియే యిల్లు, విమార్గ ఏవ మార్గః = పెడదారియే దారి. సామాన్యముగా లోకులకు (ప్రకాశాదికముచే) సూర్యాదికము పయనమును నెఱవేర్చునట్లే అభిసారికలకు వారిదాదికము (అన్యులను నివారించుటచేత) పయనమును నెఱవేర్చును, కావున నిట వారివిషయమున వారిదాదికము సూర్యాదికముగా చెప్పఁబడినది.

జ్యోత్స్నా ఽభిసారికా యథా. (జ్యోత్స్న = వెన్నెల)

చన్ద్రోదయే చన్దన మఙ్గకేషు
విహస్య విన్యస్య వినిర్గతాయాః
మనో నిహన్తుం మదనో ఽపి బాణాన్
కరేణ కౌన్దాన్ బిభ రాంబభూవ. ౭౯

చన్ద్రోదయే = నెలపొడుపున - వెన్నెలయందు, అఙ్గకేషు చన్దనం విన్యస్య = అవయవములందు గందమును అలందుకొని, విహస్య=నవ్వి, వినిర్గతాయాః = బయలు వెడలిన నాయికయొక్క, మనః = హృదయమును, నిహన్తుమ్ = గాడ సేయుటకు, మదన అపి = మన్మథుండును, కరేణ కౌన్దాన్ బాణాన్ బిభరాంబభూవ = చేత మల్లెయలుఁగులను పుచ్చుకొనియెను. పాలలో చేమిరివలెను, చీఁకటిలో కాటుకవలెను, వర్ణభేదము లేనప్పుడు గొప్పవస్తువులో ఇమిడిన చిన్నవస్తువులు ప్రత్యేకము కానరావు గావున, విరివియైన తెల్లనిపండు వెన్నెలలో చందనచర్చితయైన నాయిక, నగవు, కుందబాణములును ఇమిడిపోయి ప్రత్యేకము కానరానందున అభిసరణము ఒరులకు తెలియదాయె నని భావము. చందనచర్చ ధావళ్యార్థము, హాసంబును కుందబాణములును ఆధావళ్యమును చిక్కపఱచుటకు. చందనచర్చ ధవళాంబరాదికమున కుపలక్షణము. మదనుఁడు వేఱువర్ణపుబాణము లేయక తెల్లబాణము లేయుటచేత, అయ్యభిసరణమునకు ప్రీతితో యుక్తితో తోడ్పడియె నని స్వారస్యము.

తమిస్రాభిసారికా యథా. (తమిస్రమ్ = చీఁకటి.)

నామ్బుజై ర్న కుముదై రుపమేయం
స్వైరిణీజనవిలోచనయుగ్మమ్,
నోదయే దినకరస్య న వేన్దోః
కేవలే తమసి తస్య వికాసః. ౮౦

స్వైరి...గ్మమ్—అంకుటాండ్రయొక్క కనుదోయి, అమ్బుజైః ఉపమేయం న=తామరలతో పోల్పందగినది కాదు, కుముదైః ఉపమేయం న= తెల్లగలువలతోను పోల్పఁదగినది కాదు, తస్య వికాసః = ఆకన్నుదోయికి వికాసము, దినకరస్య ఉదయే న = సూర్యుని యుదయమందు లేదు, ఇన్దోః ఉదయే వా న=చంద్రునియొక్క ఉదయమం దేనియు లేదు; (మఱి యెప్పు డనఁగా-) కేవలే తమసి = కేవలమైన చీఁకటిలో.

దివసాభిసారికా యథా. (దివసః = పగలు.)

పల్లీనామధిపస్య పఙ్కజదృశాం
పర్వోత్సవామన్త్రణే
జాతే, సద్మజనా మిథఃకృతిమహో
త్సాహం పురం ప్రస్థితాః;
సవ్యాజం స్థితయో ర్విహాస్య గతయోః
శుద్ధాన్త మత్రాన్తరే
యూనోః స్విన్నకపోలయో ర్విజయతే
కోఽప్యేష కణ్ఠగ్రహః. ౮౯

పల్లీనా...జాతే = పల్లెల దొరయొక్క తామరసాక్షులయొక్క (పర్వ=) పున్నమపండువునకు (ఆమన్త్రణే=) పిలుపు కలుఁగఁగా (పల్లె దొరయొక్క భార్యలు పున్నమపండువునకై ఊరివారి నెల్ల పిలిపింపఁగా) సద్మ...స్థితాః = ఇంటిజనులు (ఇంటివారందఱు) (మిథః =) ఒండొరులతో చేయఁబడిన (మహాత్ =) గొప్ప జతనము గలుగునట్లుగా ముందుగా తరలినారు; అత్ర అన్తరే = ఈ లోపల, సవ్యాజం స్థితయోః విహాస్య శుద్ధాన్తం గతయోః స్విన్న కపోలయోః యూనోః = నెపముపెట్టి వెనుకఁబడి నవ్వుచు అంతఃపురమును చొచ్చి చెమర్చుచున్న చెక్కిళ్ళు గలవారైన యౌవనవంతులయొక్క (గుబ్బెతయొక్కయు కోడెకానియొక్కయు), కో ఽపి (= కః అపి) ఏష కణ్ఠగ్రహః= చెప్పనలవిగాని యీ కంఠాలింగనము విజయతే = సర్వోత్కర్షము గలిగియున్నది. నవ్వుట తమకోరిక నెఱవేఱినది గదా యను హర్షముచేత; చెమర్చుట సాత్త్వికోదయము.

సామాన్యాఽభిసారికా యథా.

లోలచ్చేలచమత్కృతి ప్రచలసత్కాఞ్చీలతాఝుంకృతి
న్యఞ్చత్కఞ్చుకబన్ధబన్ధురవలద్వక్షోజకుమ్భాకృతి

స్ఫూర్జద్దీధితి విస్ఫురద్గతి చలచ్చామీకరాలఙ్కృతి
క్రీడాకుఞ్జగృహం ప్రయాతి కృతినః కస్యాఽపివారాఙ్గనా. ౮౨

వారాఙ్గనా = వెలయాలు, లోలత్ చేల చమత్కృతి = తూలుచున్న చీరయొక్క హొయలుగలుగునట్లుగాను, ప్రవిల...కృతి—ప్రవిలసత్ = మిక్కిలివిలసిల్లుచున్న - కాఞ్చీలతా = లత (తీఁగె) వంటి కాంచి (మొల త్రాటి) యొక్క ఝుంకృతి = ఝుంకారముగలుగునట్లుగాను, న్యఞ్చ... న్నతి—న్యఞ్చత్ = పిక్కటిల్లుచున్న - కఞ్చుక = రవికయొక్క - బన్ధ = (ముడిచేత-బన్ధుర = అందమైన - వలత్ = ఉబుకుచున్న - వక్షోజకుమ్భ = (కుమ్భ =) గిండులవంటి (వక్షోజ =) పాలిండ్లయొక్క - ఉన్నతి = పొడవుగలుగునట్లుగాను, స్ఫూ...తి - స్ఫూర్జత్ = వ్యాపించుచున్న - దీధితి = (మేని) జిగిగలుగునట్లుగాను, వి స్ఫురత్ గతి = మిక్కిలి సొంపారుచున్న నడకగలుగునట్లుగాను, చలత్ చామీకర అలంకృతి = కదలుచున్న పసిఁడి నగలుకలుగునట్లుగాను, కస్య అపి కృతినః క్రీడా కుఞ్జ గృహం ప్రయాతి = ఎవఁడో ఒక ధన్యునియొక్క కేళి పొదరింటికి పోవుచున్నది.

[ఇంతవఱకుం జెప్పినయష్టవిధనాయికా నిరూపణము ప్రాచీనమతానుసారమున నని చెప్పుచున్నాఁడు:]—

ముగ్ధాయా లజ్జాప్రాధాన్యేన, మధ్యాయా లజ్జామదనసామ్యేన, ప్రగల్భాయాః ప్రాకాశ్యప్రాధాన్యేన, ధీరాయా ధైర్యప్రాధాన్యేనా, ఽధీరాయా అధైర్యప్రాధాన్యేన, ధీరాధీరాయా ధైర్యాధైర్యప్రాధాన్యేన, జ్యేష్ఠాయాః స్నేహాధిక్యప్రాధాన్యేన, కనిష్ఠాయాః స్నేహన్యూనత్వప్రాధాన్యేన, పరోఢాయాః సఙ్గుప్తిప్రాధాన్యేన, ముగ్ధాయా ఇవ కన్యాయా అపి లజ్జాప్రాధా

న్యేన, సామాన్యవనితాయా ధనప్రాప్తిప్రాధాన్యేనా, ఉష్టవిధనాయికా వర్ణన మితి విశేషః.

[ముగ్ధ లోనగుపదునొకండుగురిలో ఒక్కొక్కతెకును అష్టవిధ నాయికాభేదములను చెప్పుటయందు ఆముగ్ధాదులకు ఏయేగుణము ప్రధానముగా గ్రహింపఁబడినదో అది యెద్ది యనిన:]—

ముగ్ధకు లజ్జా ప్రాధాన్యముచేతను మధ్యకు లజ్జామదనప్రాధాన్యము చేతను ప్రగల్భకు ప్రకటత్వప్రాధాన్యముచేతను, ధీరకు ధైర్యప్రాధాన్యము చేతను, అధీరకు అధైర్యప్రాధాన్యముచేతను, ధీరాధీరకు ధైర్యాధైర్య ప్రాధాన్యముచేతను, జ్యేష్ఠకు స్నేహాధిక్య ప్రాధాన్యముచేతను, కనిష్ఠకు స్నేహన్యూనతాప్రాధాన్యముచేతను, పరోఢకు (ఇతరు లెఱుంగనియట్లుగా (సంగుప్తి =) మఱుఁగుసేయుటయొక్క ప్రాధాన్యముచేతను, ముగ్ధకుం బోలె కన్యకు లజ్జాప్రాధాన్యముచేతను, సామాన్యవనితకు ధనప్రాప్తి ప్రాధాన్యముచేతను, అష్టవిధనాయికలను చెప్పుట యని విశేషము.

ప్రవత్స్యత్పతిక.

"ప్రస్థానం వలయైః కృతం, ప్రియసఖై రస్త్రైరజస్రం గతం,
ధృత్యా న క్షణ మాసితం, వ్యవసితం చిత్తేన గన్తుం పురః,
యాతుం నిశ్చితచేతసి ప్రియతమె సర్వైః సమం ప్రస్థితం,
గన్తవ్యే సతి జీవిత ప్రియసుహృత్సార్థః కిముత్సృజ్యతే?"

[నాయికా వాక్యము.—ప్రియతమె యాతుం నిశ్చిత చేతసి (సతి)= ప్రాణవల్లభుఁడు తరలుటకు నిశ్చయించుకొన్న మనస్సుగలవాఁడు (కాఁగా), వలయైః ప్రస్థానం కృతమ్ = కంకణములు పయనము చేసినవి (రానున్న యెడఁబాపును తలంచిన మాత్రాననే ఒడలు కృశించినందున గాజులు జాఱి రాలిపోయిన వని భా.), ప్రియసఖైః అస్త్రైః అజస్రం గతమ్ = నెచ్చెలు

అయిన కన్నీళ్ళు ఎడతెంపులేకుండ పోయినవి (రాలినవి-కాంతునితోఁగూడ సేఁగినవి), ధృత్యా క్షణం న ఆసితమ్ = హర్షము నిముసము ఉండ దాయెను, చిత్తేన పురః గన్తుం వ్యవసితమ్ = మనస్సు ముందుగా పోవుటకు సమకట్టెను, (ఈవిధముగా), సర్వైః సమం ప్రస్థితమ్ = అన్నియు ప్రియునితోఁగూడ తరలినవి, జీవిత = ఓప్రాణమా, గన్తవ్యే సతి = (నీవును) పోవలసియుండఁగా, ప్రియ సుహృత్ సార్థః = పైఁజెప్పిన యాప్తమిత్ర బృందమును, కిమ్ ఉత్సృజ్యతే = ఏల వదలెదవు? (నీవును ఈయాప్తమిత్రములతోడనే పొమ్ము, వెనుకఁజిక్కకుము, అని భా.)]

ఇత్యాది ప్రాచీనగ్రన్థకారలేఖనాత్ అగ్రిమక్షణే దేశాన్తరనిశ్చితగమనే ప్రేయసి ప్రవత్స్యత్పతికాఽపి నవమీ నాయికా భవితు మర్హతీతి. తథాహి:—తస్యాః—ప్రోషితపతికావిప్రలబ్ధోత్కాసు నాన్తర్భావః, భర్తుః సన్నిధివర్తిత్వాత్; న కలహాన్తరితాయా మన్తర్భావః కలహాభావాత్, పత్యు రనవమానితత్వా చ్చ; నాఽపి ఖణ్డితాయాం, ప్రియస్యాఽన్యోపభోగ చిహ్నితస్యాఽఽగమనా భావాత్, ప్రియాయాః కోపాభావ దర్శనాత్, కాకువచన కాతరప్రేక్షణాది సూచితాన్తః పక్షపాత దర్శనా చ్చ; న వాసకసజ్జాయాం, వార నియమాభావాత్, సామగ్రీసజ్జీకరణాభావ నిర్వే దాది దర్శనా చ్చ; న స్వాధీన పతికాయా, మగ్రిమక్షణ ఏవ సంగతివిచ్ఛేదదర్శనాత్, న హి స్వాధీనపతికాయాః కదాచి దపి సంగతివిచ్ఛేద ఇతి సంప్రదాయః, వ్రజన్నపి స్వాధీనపతికయా నిరుధ్యతే, అన్యథా భర్తరి స్వాధీన

త్రైవ భజ్యేత, నేహ తథా. సర్వథా భర్తృవిదేశగమనాత్, కిఞ్చిన్నిర్వేదాశ్రుపాత నిశ్వాస వనవిహారాది మదనమహోత్సవ వ్యతిరేకదర్శనాచ్చ; నాఽప్యభిసారికాయామ్, అభిసారోత్సవాభావాత్, అన్తస్తాపదర్శనాచ్చేతి యుక్త ముత్పశ్యామః. లక్షణం తు యస్యాః పతి రగ్రిమక్షణే దేశాన్తరం యాస్యత్యేవ సా ప్రవత్స్యత్పతికా; అస్యా శ్చేష్టాః కాకువచన కాతరప్రేక్షణ గమనవిఘ్నోపదర్శన నిర్వేద సన్తాప సమ్మోహ ః శ్వాస బాష్పాదయః.

ప్రస్థానమిత్యాదిప్రాచీనగ్రంథకారులలక్ష్యములచేత ఉత్తరక్షణమందు ఎవతెయొక్క వల్లభుఁడు నిశ్చయముగా దేశాంతరమున కేఁగునో ఆనాయిక ప్రవత్స్యత్పతిక తొమ్మిదవనాయిక గాఁదగును. అది యెట్లనిన.—(ఆనాయికకు కడమ యెనమండ్రు నాయికలయందును అంతర్భావము లేదు. దానినే వివరించుచున్నాఁడు): ఆనాయికకు—పతి సన్నిధియం దుండుటచేత ప్రోషితపతికా విప్రలబ్ధోత్కలయందు అంతర్భావము లేదు; కలహము లేనందునను పతి నవమానింపనందునను కలహాంతరితయందు అంతర్భావము లేదు; అన్యోపభోగచిహ్నములతో ప్రియుఁడు రానందునను ఈప్రియ అతనిపై అలుఁగనందునను (ఈమెయొక్క) స్వరవికారముతోఁగూడినమాటలు బెదరుచూపులు లోనగువానిచే (తన) మనస్సులోని ప్రేమ యగపడుచుండుటచేతను ఖండితయం దంతర్భావము లేదు; వార (= దిన) నియమము లేనందునను (సంభోగ) సామగ్రిని సమకూర్చుట లేనందునను నిర్వేద ముండుటచేతను వాసకసజ్జయం దంతర్భావము లేదు; ఉత్తరక్షణమందే కూడిక తెగిపోవుటచేత స్వాధీనపతికయం దంతర్భావము లేదు. ఏలయన, స్వాధీనపతికకు ఒకప్పుడేనియు కూడికకు తెంపు గల దని సంప్రదాయము లేదు, తరలుచుండియు

భర్త స్వాధీనపతికచేత ఆంపఁబడి నిలిచిపోవును, అట్లుగాదేని ఆమెకు స్వాధీనుఁ డగుటయే యసత్య మగును: ఇచ్చోట నట్లు గాదు, తప్పక భర్త దేశాంతరము పోవును గావునను, ఇంచుక నిర్వేదము కన్నీళ్ళు కొలుట నిట్టూర్పులుం గలవుగావునను, వనవిహారము కాముని పండుగయు లేవుగావునను (స్వాధీనపతికయం దంతర్భావము లేదు;) అభిసారోత్సవము లేనందునను మనస్సులో తాపము ఉన్నందునను అభిసారికయందు అంతర్భావము లేదు;— అని ఉచితముగా ఊహించుచున్నాము. మఱి (యీనాయికకు) లక్షణమే మనఁగా- ఎవతెయొక్క పతి యుత్తరక్షణమందు తప్పక దేశాంతరము పోవునో ఆమె ప్రవత్స్యత్పతిక [ప్రవత్స్యత్ = దేశాంతరముపోనున్న - పతికా=భర్తగలది.] ఈమెయొక్క వ్యాపారములు - స్వరవికారముతోడి మాటలు, బెదరుచూపులు, పయనంపువిఘ్నముల నెదురునూచుట, నిర్వేదము, సంతాపము, మూర్ఛ, నిట్టూర్పులు, కన్నీళ్ళు లోనగునవి.

ముగ్ధా ప్రవత్స్యత్పతికా యథా.

ప్రాణేశ్వరే కి మపి జల్పతి నిర్గమాయ
క్షామోదరీ వదన మానమయాఞ్చకార;
ఆలీ పున ర్నిభృత మేత్య లతానికుఞ్జ
మున్మత్తకోకిలకలధ్వని మాతతాన. శ్లో3

ప్రాణేశ్వరె నిర్గమాయ కిమపి జల్పతి (సతి) = ప్రాణనాథుఁడు పయనమునకు (పోయి త్వరగానే వచ్చెదను అను నిట్టిమాట) ఏదో చెప్ప (మందఁగా), క్షామోదరీ = సన్ననినడుముగలదైనయాకాంత, (లజ్జచేతను విరహభయముచేతను) వదనమ్= మొగమును, ఆనమయాఞ్చకార=వాంచెను. ఆలీ పునః = చెలి యో, నిభృతం లతా నికుఞ్జమ్ ఏత్య = రహస్యముగా తీఁగ పొదకు పోయి, ఉన్మత్త కోకిల కల ధ్వనిమ్ ఆతతాన='వెఱ్ఱి కోయిల యొక్క యింపైన కూఁతను కూసెను; (వెఱ్ఱి కోకిలకూఁత యవశకునమని

యేని, ఇట్టివిరహోద్దీపకములకు కొంత యపాయము చెందు నని యేని పయనము మానుకొను ననునూహచేత నని భా.) తల వాంచుటచేత లజ్జ తోఁచుచున్నది గావున ఈనాయిక ముగ్ధ ప్రవత్స్యత్పతిక.

మధ్యా ప్రవత్స్యత్పతికా యథా.

> గన్తుం ప్రియే వదతి, నిశ్వసితం న దీర్ఘ
> మాసీత్, తదా నయనయో ర్జల మావిరాసీత్,
> ఆయుర్లిపిం పఠితు మేణదృశః పరం తు
> ఫాలస్థలీం కిము కచః సముపాజగామ? ౧౪

ప్రియే గన్తుం వదతి సతి = ప్రియుఁడు పోవుటకు (ఏమో) చెప్పుచుండఁగా, ఏణ దృశః = లేడి కన్నులుగలయానాయికయొక్క, నిశ్వసితం దీర్ఘం న ఆసీత్ = ఊర్పు నిడుద కాదాయెను (నాయిక నిట్టూర్పు నిగుడ్ప లేదు), తదా = అంతట, నయనయోః జలమ్ఆవిరాసీత్ = కన్నులయందు నీరు ఉప్పతిల్లెను. కచః ఆయుః లిపిం పఠితుమ్ ఫాల స్థలీం సముపాజగామ కిము = తలవెంట్రుకలు ఆయుస్సుయొక్క వ్రాఁతను (ఎంతకాలము బ్రదుకునో ఆపరిమితిని బ్రహ్మ నొసట వ్రాసియుండును గావున ఆకాలపరిమితి నెఱుంగుటకై ఆవ్రాఁతను) చదువుటకు నొసటిప్రదేశమునకు వచ్చెనా ఏమి? (ఎడఁబాపునెవ్వగవలనితత్తఱములో తలకట్టు వీడి నుదుటిపై గ్రమ్మె నని భా.)

ఇట నిట్టూర్పునిగుడ్పమి లజ్జచేత, కన్నీళ్ళులోనగునవి మదనునిచేత, ఉభయంబును తుల్యముగాన మధ్య ప్రవత్స్యత్పతిక.

ప్రౌఢా ప్రవత్స్యత్పతికా యథా.

> నాయం ముఞ్చతి సుభ్రువా మపి తను
> త్యాగే వియోగజ్వర,
> స్తేనాహం విహితాఞ్జలి ర్యదుప తే
> పృచ్ఛామి తత్త్వం వద;

తామ్బూలం కుసుమం పటీర ముదకం
యద్బన్ధుభిర్దీయతే,
స్యాదత్రేవ పరత్ర తత్కిము విష
జ్వాలావళీ దుస్సహమ్? ౯౨

ఒకానొక నాయిక శ్రీకృష్ణునితో పలుకుచున్నది.—యదుపతే = యదునాయకుఁడా (= శ్రీకృష్ణా), సుభ్రువాం తను త్యాగే అపి అయం వియోగ జ్వరః న ముఞ్చతి = అందమయిన కనుబొమలుకలవారియొక్క (కాంతలయొక్క) మేను విడుచుటయందేనియు (=మరణమునందేనియు) ఈ (నే నిప్పు డనుభవించుచున్న) యెడఁబాపు జ్వరము వదలదు; తేన విహిత అఞ్జలిః అహం పృచ్ఛామి = ఆ హేతువుచేత మోడ్చిన కేలుదోయిగలదాననై నేను అడుగుచున్నాను, తత్ త్వం వద = వాస్తవమునుచెప్పుము: (చనిపోయిన చెలువల నుద్దేశించి) బన్ధుభిః యత్ తామ్బూలం కుసుమం పటీరమ్ ఉదకం దీయతే తత్ = బంధువులచేత ఏ తాంబూలము (ఏ) పువ్వు (ఏ) గంధము (ఏ)నీరు ఇయ్యఁబడునో ఆ తాంబూలాదికము, అత్ర ఇవ పరత్ర విష జ్వాలా ఆవళీ దుస్సహం స్యాత్ కిము = ఇక్కడనుంబోలె (ఇప్పుడు నాకు అనుభవములో నున్నట్లు) పరలోకమందు విసపు మంటల వెంత్తమువలె తాళరానిది అగునా ఏమి?

'యదుపతే' అనుటచే - గొప్పవాఁడు, సర్వ మెఱిఁగినవాఁడు, అడిగినవిషయమున సందేహము తీర్పఁగలవాఁడు నని భా. ఆయన యున్న యీలోకములోనే కలిగినట్టి వియోగజ్వరము పరలోకములో ఆయన కెడ యగు తనకు కలుఁగక మాన దని నాయికయొక్క ప్రౌఢతనపుమాట.
'ప్రియతముఁడా' 'ప్రాణేశ్వరా' ఇత్యాదిశబ్దముల సంబోధింపక 'యదుపతి' శబ్దముచే సంబోధించుట నీకును నాకును ఋణానుబంధము తీఱిన దని సూచించుటకు. 'సుభ్రువామ్' - అనుటచే మగవానికి జాతి గుండె వానికి నీకు నన్నెడఁబాసినవగపు ఉండదు గాని నిన్నెడబాసినవగపు అబ

లకు నాకు తప్ప దని భా. పరలోకవిషయప్రశ్నచేత తనకు మృతి తప్ప దని భా. దానిచే పోవల దనుప్రార్థన భా. ఇట్లు మృతిప్రార్థన అను ప్రశ్నవ్యాజమున తెలుపుటచే ఈప్రవత్స్యత్పతిక ప్రౌఢ.

పరకీయా ప్రవత్స్యత్పతికా యథా.

న్యస్తం పన్నగమూర్ధ్ని పాదయుగళం,
భక్తి ర్విముక్తా గురౌ,
త్యక్తా నీతి, రకారి కిన్న భవతో
హేతో ర్మయాదుష్కృతమ్?
అజ్ఞానాం శతయాతనా, నయనయోః
కోఽపి క్రమో రౌరవః,
కుమ్భీపాకపరాభవ శ్చ మనసో,
యుక్త స్త్వయిప్రస్థితే. ౮౬

ఒకానొకతె కాంతుని దూఱుచున్నది:—(కర్త్రర్థకప్రయోగమున టీక), భవతో హేతోః = నీ కొఱకు, మయా పన్నగ మూర్ధ్ని పాదయుగళం న్యస్తమ్ = నేను (అభిసరణమార్గమందలి) పాముతలమీఁద అడుగుల జంటను (రెండడుగులను) ఉంచితిని (మహాసాహస మొనర్చితి ననుట; ఒకరి తలమీఁద నడుగు పెట్టుట తప్పు, రెండడుగులనుం బెట్టుట మఱియుం దప్పు, నీకై యట్టిపాతక మొనర్చితి ననియు భా.) గురౌ భక్తిః విముక్తా=మావ లోనగు పెద్దలయందు భక్తిని విడిచితిని, నీతిః త్యక్తా = కులాంగనోచిత మైనమర్యాదను వదలితిని, (ఇవియు మిక్కిలి పాపములు అని భా.), కిం కిం దుష్కృతం న అకారి = (ఈవిధముగా) ఏయేపాపమును చేయనైతిని (సర్వపాపమును చేసితి ననుట), (కావున), త్వయి ప్రస్థితే (సతి) = నీవు పయనమయిన యెడల, అజ్ఞానాం శతయాతనా = (నా) యవయవములకు నూఱు (రెట్ల) నరకబాధ(యును), నయనయోః-కోఽపి (కః అపి) రౌరవః

క్రమః = కన్నులకు అనిర్వచనీయమైన రౌరవనరకముయొక్క ప్రకారము (ను), మనసః కుమ్భీ పాక పరాభవః చ = మనస్సునకు కుండలో తంప టవలని వేదన యు, యుక్తః = తగినది (తగినవి). ఔచిత్యవిశేష మునుబట్టి యీనరకబాధలు ఇట చెప్పఁబడినవి. రౌరవనరకమందు యాతనాప్రాణిని రురువు లనెడు హరిణవిశేషములచేత పొడిపింతురు గావున కన్నులకు హరిణనయనసామ్యసంబంధముచేత రౌరవనరకము చెప్పఁబడినది. కుంభీపాకనరకమందు కుంభములో తంపట వేయుదురు గావున మనస్సునకు స్తనకుంభములచాటున నుండుటవలని సాదృశ్యసంబంధముచేత కుంభీపాక నరకము చెప్పఁబడినది. కడమయంగములకు మొత్తముగా కడమయాతనలు చెప్పఁబడినవి అని సంగతి. ఆర్తిమాపులను సరకుసేయని నిజాభిసరణముం జెప్పుటచేత పరకీయ ప్రవత్స్యత్పతిక.

సామాన్యా ప్రవత్స్యత్పతికా యథా.

ముద్రాం ప్రదేహి వలయాయ, భవద్వియోగ
మాసాద్య యాస్యతి బహిః సహసా య దేతత్;
ఇత్థం నిగద్య విగళన్నయనామ్బుధారా
వారాఙ్గనా ప్రియతమం కరయో ర్బభార. రా. 2

వలయాయ ముద్రాం ప్రదేహి=కడియమునకై (కడియముగా నేను దాల్చుటకై) ఉంగరమును ఇమ్ము, యత్ భవత్ వియోగమ్ ఆసాద్య ఏతత్ సహసా బహిః యాస్యతి = ఏలయన నీతోడి యెడఁబాపును పొంది (నీవు అటు సాగఁగానే నాకుం గలిగెడు కార్శ్యముచేత) ఈకడియము వెంటనే వెలుపలికి పోవును (జారి పడిపోవును), ఇత్థం నిగద్య=ఇట్లు పలికి, వారాఙ్గనా విగళత్ నయన అమ్బు ధారా ప్రియతమం కరయోః బభార = వెలయాలు (విగళత్ =) ఓడుచున్న కన్నుల (అమ్బు =) నీళ్ళయొక్క ప్రవాహముకలదై (కంటికి కడవెడుగా నేడ్చుచు) కాంతుని చేతులయందు

పట్టుకొనెను (కాంతుని రెండుచేతులును పట్టుకొని నిలిపినది). ఉంగరమడిగి నందున నీప్రవత్స్యత్పతిక వెలయాలు.

వెండియు ప్రకారాంతరమున నాయికాభేదములు.

ఉత్తమ.

అహితకారిణ్యాపి ప్రియే హితకారిణ్యుత్తమా.

ప్రియుఁడు అహిత మొనర్చినను అతనికి హితమే చేయునది ఉత్తమ.

పతిః శయన మాగతః కుచవిచిత్రితోరస్స్థలః
ప్రసన్న వచనామృతైః పర మతర్పి వామభ్రువా,
అచర్చి సుభగస్మితద్యుతిపటీరపఙ్కద్రవై,
రపూజి విలసద్విలోచనచమత్కృతై రమ్బుజైః. ౮౮

వామభ్రువా = అందమయిన కనుబొమలుగల యొకానొక సుందరిచేత, కుచ విచిత్రిత ఉరః స్థలః (సన్) శయనమ్ ఆగతః పతిః ప్రసన్న వచన అమృతైః పరమ్ అతర్పి-(పరస్త్రీ) స్తనములచేత కుంకుమాదిరేఖాంకితమైన ఱొమ్ము ప్రదేశముకలవాఁ (డై) పడకకు వచ్చిన భర్త ప్రీతిపూర్వకమయిన మాటలనెడు నమృతములచేత మిక్కిలి తనుపఁబడెను, సుభగస్మిత ద్యుతి పటీర పఙ్క ద్రవైః అచర్చి = రమణీయమయిన చిఱునవ్వుయొక్క కాంతియనెడు గంధముయొక్క పంకముయొక్క ద్రవములతో అలఁదఁబడియెను, విలసత్ విలోచన చమత్కృతైః అమ్బుజైః అపూజి = సాభిప్రాయముగా నొప్పుచున్న కన్నుల విలాసములనెడు కమలములతో పూజింపఁబడియెను.

మధ్యమ.

హితాహితకారిణి ప్రియే హితాహితకారిణీ మధ్యమా.

ప్రియుఁడు హితము చేసిన హితమును, అహితము చేసిన నహితమును, చేయునది మధ్యమ.

కాన్తే సాగసి కఞ్చుకస్పృశి, తయా
సాచీకృతగ్రీవయా
ముక్తాః కోప కషాయ మన్మథ శర
క్రూరాః కటాక్షాఙ్కురాః;
సాకూతే, దర హాస కేసర వచో
మాధ్వీక ధారాలసా
ప్రీతిః కల్పలతేవ కాచన మహా
దానీకృతా సుభ్రువా. లా॥

సాగసి కాన్తే కఞ్చుక స్పృశి = నేరమిగలవాఁడైన కాంతుఁడు రవికను తాఁకఁగా, తయా సుభ్రువా సాచీ కృత గ్రీవయా సత్యా=ఆ సుందరిచేత అవలికి త్రిప్పఁబడిన మెడగలదానిచేత (ఆమె అతనిం జూడనొల్లక మెడ యవలికి త్రిప్పుకొని), కోప...క్రూరాః కటాక్ష అఙ్కురాః ముక్తాః = రోసముచేత ఎఱ్ఱనివియు మరుని కోలలవలె కఠోరములు (ను అయిన) క్రేగంటిచూపు మొలకలు నిగుడ్పఁబడినవి; (మరుకోలలతో సామ్యము చెప్పుటచేత ఆ రోసపుఁజూపులయొప్పు అత్యంతమదనోద్దీపకముగా నుండెనని భా.); సాకూతే(సతి) = కాంతుఁడు అకూతముతో (బతిమాలుకొను నభిప్రాయములో) కూడుకొన్నవాఁడు కాఁగా, దర...అసా కాచన ప్రీతిః ఏవ కల్పలతా మహాదానీకృతా = చిఱునగవనెడి యకరువులు పలుకనెడు తేనె (ధారా =) యొడికయు (అనువీనిచేత) (అలసా =) వాలుచున్నది (యు) అనిర్వచనీయము (ను) (ఐన) ప్రేమయే యనెడి యీవితీవియ గొప్ప దానము చేఁబడినది -(అతనికి) (నవ్వుచు తియ్యఁగా పలుకుచు ప్రేమించి మహానందం బొసంగిన దని భా.) ఇందు పూర్వార్ధమున అహితమునకు

అహితము సేయుటయు, ఉత్తరార్థమున హితమునకు హితము సేయుటయుం జెప్పఁబడినవి.

అధమ.

హితకారిణ్యపి ప్రియేఽహితకారిణ్యధమా; ఏషైవ నిర్నిమిత్తకోపా చణ్డీత్యభిధీయతే; అస్యా నిష్కారణకోపత్వా దధమైవ చేష్టా.

ప్రియుఁడు హితముచేయుచున్నను అతనికి అహితము సేయునది అధమ; ఈమె యే నిర్హేతుకముగా కోపము చేయునది చండి యని చెప్పఁబడును; ఈమెకు కారణము లేకయే కోపము గలుగుటచేత చేష్ట యధమముగానే యుండును.

ప్రస్థానే తవ యః కరోతి కమల
చ్ఛాయం ముఖామ్భోరుహే,
శ్రీఖణ్డద్రవధారయా శిశిరయా
మార్గం పురః సిఞ్చతి,
తస్మిన్ ప్రేయసి విద్రుమ ద్రవ నదీ
రజ్యత్తరఙ్గ భ్రమి
భ్రాన్త క్లాన్త సరోజ పత్త్ర సదృశా
భూయో దృశా క్రుధ్యసి. ౯౦

యః = ఎవఁడు, తవ ప్రస్థానే = నీయొక్క పయనమందు, ముఖ అమ్భోరుహే కమల ఛాయం కరోతి = (నీ) మొగముఁ దమ్మిమీఁద తామరల నీడను చేయునో, (నీమోమునకు తామరపూవులగొడుగు పట్టునో), శిశిరయా శ్రీఖణ్డ ద్రవ ధారయా పురః మార్గం సిఞ్చతి = (ఎండకుఁ గ్రాఁగిన నేల నీకాళికి చల్లనగునట్లుగా) చల్లని గంధపు నీటి చాలుతో (నీ) ముందు

దారిని తడుపునో, తస్మిన్ ప్రేయసి=ఆ (అంతయనురక్తుఁడైన) ప్రియతముని మీఁద, విద్రు...సదృశా = పగడపు నీటియేటియొక్క (రజ్జత్ =) పొంగుచున్న యలల సుడిలో తిరిగినదై వాడిన తామర రేకునకు సాటియగు, దృశా=చూపుతో (చూపుగలదానవై), భూయః క్రుధ్యసి = మాటిమాటికి కోపగించుచున్నావు. ఇట హితకారికి అహితకరణము స్పష్టము.

విస్తరభియా ప్రత్యేక మేతాసా ముత్తమమధ్యమా
ధమ భేదానోదాహృతాః ఇతి.

గ్రంథవిస్తరభయముచే ఒక్కొక్కతెకును ఈ (ముగ్ధాది) నాయికలకు ఉత్తమ మధ్య మాధమభేదములు ఉదాహరింపఁబడలేదు. (నాయికానిరూపణము) ముగిసినది.

ఇతి ద్వితీయ ప్రకరణమ్.

సఖీనిరూపణమ్.

విశ్వాసవిశ్రామకారిణీ పార్శ్వచారిణీ సఖీ. అస్యాశ్చ మణ్డ
నోపాలమ్భ శిక్షా పరిహాస ప్రభృతీని కర్మాణి.

(నాయికయొక్క) నమ్మకమునకు పాత్ర మయినది (నాయికతో) కూడ నుండునది సఖి (యనంబడును.) దీనికి అలంకరించుట, నిందించుట, నేర్పుట, వేళాకోళము సేయుట, లోనగునవి పనులు.

మణ్డనం యథా.

స్తనకనకమహీధరోపకణ్ఠే
ప్రియకరపల్లవ ముల్లసత్ప్రమోదమ్
రహసి మకరికామిషా ల్లిఖన్తీం
కమలముఖీ కమలైః సఖీం జఘాన. ౯౧

కమల ముఖీ = తామరవంటి మోముగలది (యైననాయిక), స్తన కనక మహీధర ఉపకణ్ఠే = కుచ మనెడు బంగారు కొండ (మేరుపర్వతము) చెంగట, రహసి = ఏకాంతమందు, మకరికా మిషాత్ ప్రియ కర పల్లవమ్ ఉల్లసత్ ప్రమోదం లిఖన్తీం సఖీమ్ = మకరికాపత్త్రమనెడు మిషచే ప్రియునియొక్క (పల్లవ =) చిగురువంటి (కర =) చేతిని ఉప్పొంగు చున్న సంతోషముతో వ్రాయుచున్న చెలిని, కమలైః సంజఘాన = తామరలతోఁ గొట్టెను. మకరిక పత్త్రమువలె (ఆకువలె)నుండుటచేతను ప్రియుకరము చిగురువలె నుండుటచేతను ఆనెపమున దీని వ్రాయుటయందు సౌకర్యముగలదని భా. ఎప్పటియట్లే మకరికాపత్త్రమును వ్రాయుచుండినచో మోద ముప్పొంగుటకు ప్రసక్తి లేదుగాన, సఖి తాను చేయుచున్న చిలువిషమునకై మోదించుటను నాయిక గాంచి సంశయముఁ జెంది పరికించియాప్రియ కరలేఖనమును కనిపట్టి సఖిని తామరతోఁ గొట్టెనని భా.

ఉపాలమ్భో యథా.

సాన్ద్రధ్వానైర్ముఖరితదిశః శ్రేణయస్తోయదానాం
ధారాపాతైర్ధరణివలయం సర్వతః ప్లావయన్తి;
తేన స్నేహం వహతి విపులం మత్సఖీ, యుక్తమేతత్,
త్వం నిస్స్నేహోయదసితదిదం నాథ మే విస్మయాయ.

(నాయికయొక్క) సఖి నాయకుని దూఱుచున్నది.—సాన్ద్రధ్వానైః ముఖరిత దిశః తోయదానాం శ్రేణయః = గంభీరమైన యుఱుములతో మ్రోఁగునట్లుచేయఁబడిన దిక్కులుగలవై మబ్బులయొక్క వరుసలు, ధారా ...యన్తి = ధారల కురియుటచేత భూ మండలమును అంతటను తడుపు చున్నవి, తేన మత్ సఖీ విపులం స్నేహం వహతి = అందుచేత నాయొక్క చెలి (నాయిక) మిక్కుటమయిన యంటుకొనుగుణమును (అనురాగము ననియర్థాంతరము) పొందియున్నది, ఏతత్ యుక్తమ్ = ఇది న్యాయ్యము (గానే యున్నది,, నాథ త్వం నిస్స్నేహః అసి (ఇతి) యత్ తత్ ఇదం మే

విస్మయాయ (భవతి) = స్వామీ నీవు అంటుకొనుగుణము (అనురాగ మని యర్థాంతరము) లేనివాఁడవుగా నున్నా వనుట ఏ (ది కల) దో ఆ యిది నాకు వింతకై (యున్నది) (వింత గలిగించుచున్నది). * 'చూర్ణాది పిణ్డీభావ హేతు ర్గుణః స్నేహః, జలమాత్ర వృత్తిః.'— [చూర్ణము (పిండి) లోనగు నవి ముద్ద యగుటకు హేతు వైనగుణము స్నేహ మనంబడును, (అది) నీటి యందు మాత్ర ముండునది.]- అని తర్కశాస్త్రమందు చెప్పఁబడియున్నది. దానింబట్టి చూడఁగా - లోక మెల్ల వర్షములచే జలమయ మైనప్పుడు తదంతర్గతయైన నాచెలి తజ్జలగుణ మైనస్నేహమును (అంటుకొనుగుణమును) పూనుట సరిగాని అట్లే తదంతర్గతుఁడవై యున్ననీవు ఆగుణమును పొందమి వింతగా నున్నది యనివిరోధము; మేఘములచేతను వర్షములచేతను అత్యంత కామోద్దీపనము పొంది నాచెలి నీపై (స్నేహమును =) అత్యంతానురక్తిని పూనినది గాని నీవు మాత్రము ఆమెపై మరు లూనకున్నావు అని విరోధ పరిహారము. దయచేసి యనురక్త నామె నేలు మని తాత్పర్యము.

శిక్షా యథా.

సానన్ద మాలి వనమాలివిలోకనాయ
నిర్గచ్ఛ కుఞ్జ, మితి కిన్తు విచారయేథాః,
ఝుఙ్కారిణో మధులిహో దివసే భ్రమన్తి,
రాత్రౌ పున శ్చపలచఞ్చుపుటా శ్చకోరాః. ౯౩

ఆలి = ఓసఖీ, వనమాలి విలోకనాయ సానన్దం కుఞ్జం నిర్గచ్ఛ = శ్రీకృష్ణుని చూచుటకు మోదముతో పొదరింటికి పొమ్ము, కిన్తు ఇతి విచార యేథాః = అయినను ఈవిషయము ఆలోచించుకొమ్ము, (ఏవిషయమనఁగా), దివసే మధులిహః ఝుంకారిణః (సన్తః) భ్రమన్తి = పగటియందు తుమ్మెదలు ఝుమ్మని మ్రోఁగుచున్నవై (ఇటునటు) సుడియుచుండును, రాత్రౌ పునః చకోరాః చపల చఞ్చు పుటాః (సన్తః) (భ్రమన్తి) = రాత్రియం

దయిననో వెన్నెలపులుఁగులు మెదలుచున్న నోటి డిప్ప కలవి రైయె (సుడి యుచుండును ; పగలు తుమ్మెదలు తమ్మి యని భ్రమసి నీనెమ్మోమును గ్రమ్ము కొనును, రాత్రి వెన్నెలపులుఁగులు నీమోముకాంతిని వెన్నెల యని భ్రమసి నీమోముం గ్రమ్ముకొనును, గావున మెలపున వానిం దప్పించుకొని పొమ్ము, అని నేర్పుట.

పరిహాసో యథా.

ఆగారభిత్తిలిఖితాసు నివేదయస్వ
కః సప్తమో దశసు మూర్తిషు లోకభర్తుః,
ఇత్థం సఖీజనవచః ప్రతిపద్య సద్యః
సీతా స్మితద్యుతిభి రుత్తరయాఞ్చకార. ౯౭

ఆగారభిత్తి లిఖితాసు లోకభర్తుః దశసు మూర్తిషు సప్తమః కః నివేదయస్వ = (పడక) యింటియొక్క గోడలయందు వ్రాయఁబడినవైన జగన్నాథుని (విష్ణుమూర్తి) యొక్క పది రూపములయందు (దశావతారములయందు) ఏడవ వాఁడు ఎవరో (ఏడవవాని పేరు) చెప్పుము, ఇత్థం సఖీజన వచః ప్రతిపద్య = ఇట్లని చెలి బృందముయొక్క మాటను (ప్రశ్నను) గ్రహించి (ఎగతాళికి అని యెఱింగినదై), సద్యః సీతాస్మిత ద్యుతిభిః ఉత్తరయాఞ్చకార = వెంటనే సీత చిఱునగవు కాంతులచేత ఉత్తరము చెప్పెను; కులాంగన పతి పేరు చెప్పదు గావున పేరు చెప్పక నవ్వుటయే అతఁడే తన భర్త యని తెలుపుట యాయె నని భా.

సఖ్యాః పరిహాసవత్ ప్రియస్యాపి పరిహాసో యథా.

చెలివలెనే నాయకుఁడును (నాయికను) గేలిసేయుటకు ఉదా.

భ్రూసంజ్ఞయాఽఽదిశసి తన్వి సఖీం న వాగ్భి,
రిత్థం విహస్య మురవైరిణి భాషమాణే,

రాధా చిరాయ దశన వ్రణ దూయమాన
బిమ్బాధరం వదన మానమయా౽ఞ్చకార. ౫౨

తన్వి = ఓసుందరీ, సఖీం భ్రూసంజ్ఞయా ఆదిశసి వాగ్భిః న (ఆదిశసి) = చెలిని బొమసంజ్ఞతో ఆజ్ఞాపించెదవు మాటలతో ఆజ్ఞాపింపవు (మాటలాడమికిఁ గల ప్రతిబంధక మేమో చెప్పు మని భా.), ఇత్థం... మారారౌ = ఇట్లని నవ్వి మురారి (శ్రీకృష్ణుఁడు) అడుగుచుండఁగా, రాధా = రాధ, దశన వ్రణ దూయమాన బిమ్బ అధరం వదనం చిరాయ ఆనమయా౽ఞ్చకార = పంటి (కొటువలని) గాయముచేత నొచ్చుచున్న దొండపంటి మోవికల దైన మొగమును చాల సేపు వాంచెను. కారణ మెఱిఁగియు నెఱుఁగనివాఁడువోలె నడుగుట యని హాసముచే తెలియుచున్నది. మఱియు సదంత వ్రణా ధరదర్శనముచే గతరాత్రియందలి సురతక్రీడానందము తనతలంపునకు వచ్చినందునను, తాను దానిని ఆమెతలఁపునకు తెచ్చుచున్నందునను, హాసము కలిగినది. 'తెల్లవాఱిన సురతచిహ్నములం గాంచి ఎవ రేమనుకొందురో యని యించుకేనియుం గొంకక రాత్రి తెగఁబడి సాంగోపాంగముగా రతులం దేలితివి! ఏమి నీమదనాతిరేకము!' అనుపరిహాసము ఆప్రశ్నకు అభిప్రాయ మని యెఱింగినదై రాధ లజ్జచేతను మఱపించుటకును మొగము వాంచెను. చాల సేపు వాంచియేయుండుట యానందపారవశ్యముచేత.

ప్రియపరిహాసవత్ ప్రియాయా అపి పరిహాసో యథా.

ప్రియుఁడు పరిహసించుటవలెనే ప్రియయు పరిహసించుటకు ఉదా.

దివ్యం వారి కథం? యతః సురధునీ
మౌళౌ; కథం పావకో
దివ్యం? తద్ధి విలోచనం; కథ మహి
ర్దివ్యం? స చాఙ్గే తవ;

తస్మా ద్ద్యూత విధౌ త్వ యాద్య ముషితో
హారః పరిత్యజ్యతా;
మిత్థం శైలభువా విహస్య లపితః
శమ్భుః శివా యాస్తు వః. ౯౬

తవ = నీకు, వారి దివ్యం కథమ్ ‐ జలము దివ్యప్రమాణము ఎట్లగును (కానేర దనుట,) యతః మౌళౌ సుర ధునీ = ఏల యన (నీ) సిగయందు వేల్పుటేఱు (ఆకాశగంగ) (ఉన్నది,: (సిగలో అట్టియేటిని దాల్చియున్ననీకు దివ్యార్థమయి నీట మునుంగుట క్రీడామాత్ర మని భా.); పావక దివ్యం కథమ్=అగ్ని దివ్య మెట్లగును (అదియునుం గా దనుట), హి తత్ విలోచనమ్ = ఏలయన అది (నీ) కన్ను: (నీకన్ను నిన్ను కాల్పదు గాన నీక న్నగుటచే అగ్నియు దివ్యమునకు పనికి రాదని భా.);అహిః దివ్యం కథమ్ = పాము దివ్య మెట్లగును? స చ అఙ్గే = (ఏల యన) అదియో (సర్పంబో (నీ) యొడలియందు (ఉన్నది), (అది నిన్ను కఱవదు గాన దివ్యమునకు పనికిరా దని భా.); తస్మాత్ ... తామ్=కావున జూదమాడుటయందు నీచేత (అద్య=ఇప్పుడు) చోరింపఁబడిన ముత్యాలపేరు ఇచ్చి వేయఁబడును గాక; ఇత్థం...శమ్భుః=ఇట్లని కొండఁకూఁతుచేత హాసయుక్తము గా చెప్పఁబడిన శివుఁడు, వః శివాయ అస్తు=మీ మేలుకై యగుఁగాక (మీకు మేలు సేయుఁగాక); జూదమున గెలిచినదానిని చోరితమనుటయు, దివ్యప్రమాణములను సయితము జయించినదొంగ వనుటయును, పరిహాసోక్తి. జలప్రమాణ మెట్లన్న,— తెగకొలందియు నొకఁడు వింటినుండి బాణముం బ్రయోగించి అది పడినతావునకుం బరువునం బోయి దానిం దెచ్చును, బాణము వేయునప్పటినుండి దానిని మరల తెచ్చువఱకును నీట మునింగియుండు నభియుక్తుఁడు నిర్దోషుఁడు. సర్పాగ్ని దివ్యములస్వరూపములను 87-వ శ్లోకముయొక్క టీకలో చూచునది.

దూతీనిరూపణమ్.

దూత్యవ్యాపారపారజ్ఞతా దూతీ. తస్యాః సంఘటన విరహానివేదనాదీని కర్మాణి.

కుంటెనకత్తియపనియందు నేర్పరి (యగునది) దూతి (యనంబడును). దానికి కూర్చుట ఎడఁబాపునెగులును తెల్పుట లోనగునవి పనులు.

సంఘటనం యథా

అఞ్చతి రజని, రుదఞ్చతి
తిమిర మిదం, దూతి చఞ్చతి మనోభూః.
ఉక్తం న త్యజ, యుక్తం
విరచయ, రక్తం మన స్తస్మిన్. నా ౭

నాయిక చెప్పుచున్నది.—దూతి = ఓకుట్టనీ, రజనిః అఞ్చతి = రాత్రి వచ్చుచున్నది, ఇదం తిమిరమ్ ఉదఞ్చతి = ఇదిగో చీఁకటి క్రమ్ముకొనుచున్నది, మనోభూః చఞ్చతి = మన్మథుఁడు (నన్నేఁచుటకు) చెలరేఁగుచున్నాఁడు, ఉక్తం న త్యజ = (ప్రాణనాయకుని తోడితెచ్చెద నని నీవు) పలికినమాటను తప్పకుము, యుక్తం విరచయ = (ఈ విషయమున) తగినదానిని చేయుము, (ఏల యన), మనః తస్మిన్ రక్తమ్ = నాహృదయము వానిమీఁద మరులుకొన్నది.

విరహానివేదనం యథా.

చక్రే చన్ద్రముఖీ ప్రదీపకలికా
ధాత్రా ధరామణ్డలే,
తస్యా దైవవశా ద్దశాఽపి చరమా
ప్రాయః సమున్మీలతి,

త ద్బ్రూమః శిరసా నతేన సహసా
శ్రీకృష్ణ నిక్షిప్యతాం
స్నేహ స్తత్ర తథా యథా న భవతి
త్రైలోక్య మన్ధం తమః. టీ॥

దూతి రాధయొక్క విరహవేదనను శ్రీకృష్ణునకుఁ దెల్పుట.— (హే) శ్రీకృష్ణ = (ఓ) కృష్ణస్వామీ, ధాత్రా (యా) చన్ద్రముఖీ ధరామణ్డలే ప్రదీప కళికా చక్రే=బ్రహ్మచేత (ఏ) యిందువదన భూవలయమందు (-మనకు)దివ్వె మొగ్గగా సృజింపఁ బడినదో, తస్యాః దైవవశాత్ ప్రాయః చరమా దశా అపి సమున్మీలతి = ఆరాధకు (అదివ్వెమొగ్గకు) (ప్రతికూలమయిన) యదృష్టమువశమున మిక్కుటముగా కడపటి దశ (మరణావస్థ-తెగఁగాలినకొలవత్తి) సయితము ఉప్పతిల్లుచున్నది; తత్ = కావున, నతేన శిరసా బ్రూమః = వంగిన తలతో చెప్పుచున్నాను (వినయముగా తలవంచుకొని విన్నపించుకొనుచున్నాను), యథా త్రైలోక్యమ్ అన్ధం తమః న భవతి తథా సహసాతత్ర స్నేహః నిక్షిప్యతామ్ = ఎట్లయిన ముజ్జగము కటిక చీఁకటి కాకుండునో అట్లు వెంటనే ఆచంద్రముఖిమీఁద (అదివ్వెమొగ్గకు) స్నేహము (అనురాగము - నూనె యని దివ్వెంగూర్చినయర్థము) ఉంపఁబడునుగాక. త్వరగా వచ్చి కూడి యామె ప్రాణమును గావుమని భా. విరహనివేదనము తెల్లమే.

నాయకనిరూపణమ్.

శృఙ్గార స్యోభయనిరూప్యత్వా న్నాయ కోఽపి నిరూప్యతే.

శృంగారము (నాయికానాయకుల) నిరువురంబట్టి నిరూపింపఁదగినది గావున నాయకుఁడుం గూడ నిరూపింపఁబడియెడిని.

స చ త్రివిధః పతి రుపపతి ర్వైశిక శ్చేతి.

అతఁడును ము త్తెఅంగులవాఁడు - పతి (యు) ఉపపతి (యు) వైశి కుండును అని.

పతిస్వరూపము.

విధివత్ పాణిగ్రాహకః పతిః. యథా.

యథాశాస్త్రముగా వివాహమైనవాఁడు పతి(యనం బరఁగును). ఉదా.

త్వం పీయూషమయూఖ ముఞ్చ శిశిర
స్నిగ్ధాన్ సుధాశీకరాన్,
త్వం భోగీన్ద్ర విలమ్బసే కిము ఫణా
భోగైః శనైర్వీజయ,
త్వం స్వర్వాహిని కిఞ్చ సిఞ్చ సలిలైః,
రఙ్గైః శిరీషోపమైః,
నేయం శైలసుతా కఠోరమహసః
కాన్త్యా పరిక్లామ్యతి. [illegible]

శివునివాక్యము.—(హే) పీయూష మయూఖ = (ఓయి) అమృత కిరణుఁడా (= చంద్రుఁడా), త్వమ్ = నీవు, శిశిర స్నిగ్ధాన్ సుధా శీకరాన్ ముఞ్చ = చల్లని దట్టంపు టమృతంపు బొట్టులను (వలిమలపట్టిమీఁద) చల్లుము, (హే) భోగీన్ద్ర త్వం కిము విలమ్బసే? ఫణా ఆభోగైః శనైః వీజయ = (ఓయి) పాపతేఁడా నీవు ఏల తామసించుచున్నావు? (పార్వతికి) పడగల పటుపులతో (పటుపైనపడగలతో ననుట) మెల్లగా వీవుము; కిఞ్చ = మఱియు, (హే) స్వర్వాహిని త్వం సలిలైః సిఞ్చ = (ఓ) మిన్నేటా నీవు (పార్వతిని) నీళ్ళతో తడుపుము; శిరీష ఉపమైః అఙ్గైః సా ఇయం శైలసుతా పతి కఠోర మహసః కాన్త్యా పరిక్లామ్యతి = దిరిసెనపుఁబువ్వ

సాటిగాఁగల యవయవములుంగలదైన యల్ల యీకొండకూఁతురు (పార్వతి) (ఈ) దారిలో (వివాహమై పుట్టింటినుండి నాయింటికి పోవునీమార్గమందు) వేఁడి వెలుగుఁయొక్క (సూర్యుని) యెండకు డయ్యుచున్నది.

పతిభేదములు.

అనుకూల దక్షిణ ధృష్ట శఠ భేదాత్ పతి శ్చతుర్ధా.

అనుకూల దక్షిణ ధృష్ట శఠు అను భేదముచేత పతి నలుతెగలవాఁడు.

అనుకూలుఁడు.

సార్వకాలిక పరాఙ్గనాపరాఙ్ముఖత్వే సతి సర్వదా స్వీయాయా మనురక్తోఽనుకూలః యథా.

ఎల్లప్పుడునుంగల పరస్త్రీవైముఖ్యము ఉండఁగా (= ఎప్పుడును పరస్త్రీవిముఖుఁడై) ఎల్లప్పుడును స్వీయయందు వలపుగలవాఁడు అనుకూలుఁడు. ఉదా.—

పృథ్వి త్వం భవ కోమలా, దినమణే
త్వం శైత్య మఙ్గీకురు,
త్వం వర్త్మన్లఘుతాం ప్రయాహి, పవన
త్వం స్వేద ముత్సారయ,
సాన్నిధ్యం శ్రయ దణ్డకావన, గిరే
నిర్గచ్ఛ మార్గా ద్బహిః,
సీతాఽసౌ విపినం మయా సహ యతో
నిర్గన్తు ముత్కణ్ఠతే, ౧౦౦

శ్రీరామవాక్యము.— (హే) పృథ్వి త్వం కోమలా భవ = (ఓ)

భూమీ (సీత తల్లీ) నీవు మృదువవు కమ్మా, (హే) దినమణే త్వం శైత్యమ్ అఙ్గీకురు = (ఓయి) సూర్యుఁడా నీవు చల్లఁదనమును అవలంబింపుము, (హే) వర్త్మన్ త్వం అఘుతాం ప్రయాహి = (ఓ) దారీ నీవు చేరువతనమును పొందుమా, (హే) పవనత్వం స్వేదమ్ ఉత్సారయ = (ఓ) గాలీ నీవు చెమటను ఆర్పుము, (హే) దణ్డకావన సాన్నిధ్యం శ్రయ = (ఓ) దండకావనమా సామీప్యమును పొందుము, (హే) గిరే మార్గాత్ బహిః నిర్గచ్ఛ = ఓకొండా దారినుండి వెలికి (అవలికి) తొలఁగుము, యతః = ఏలయన, అసౌ సీతా మయా సహ విపినం నిర్గన్తుమ్ ఉత్కాణ్ఠతే = ఇది సీత నాతోఁ గూడ అడవికి తరలుటకు ఉవ్విళ్ళూరుచున్నది. ఇందు రామునియనుకూల నాయకత్వము స్ఫుటమే.

దక్షిణుఁడు.

సకలనాయికావిషయసమసహజానురాగో దక్షిణః.

(తన) యందఱునాయికలవిషయమందును సమానమైనస్వాభావిక ప్రేమకలవాఁడు దక్షిణుఁడు. ఉదా.

> ఏతత్ పురః స్ఫురతి పద్మ దృశాం సహస్రం,
> మక్షిద్వయం కథయ కుత్ర నివేశయామి?
> ఇత్యాకలయ్య నయనామ్బురుహే నిమీల్య,
> రోమాఞ్చితేన వపుషా స్థిత మచ్యుతేన. ౧౦౧

(హే సఖి = ఓ చెలీ), పద్మదృశాం సహస్రమ్ ఏతత్ పురః స్ఫురతి = తామరసనేత్రలయొక్క వేయి ఇదె(నా) ముందఱ వెలసిల్లుచున్నది (వీరె వేగురు సుందరీమణులు నాముందఱ శోభిల్లుచున్నారు), కుత్ర అక్షిద్వయం నివేశయామి కథయ = (ఇందు) ఎవతెమీఁద కనుదోయిని నిలుపుదును (వీరిలో

ఎవతెను గాంతును) చెప్పుము; (కర్తృర్థకప్రయోగముగా టీక) - ఇతి ఆకలయ్య అచ్యుతేన నయన అమ్బురుహే నిమీల్య రోమాఞ్చితేన వపుషా స్థితమ్ = ఇట్లని ఆలోచించి శ్రీకృష్ణుఁడు కనుఁదమ్ములను మూసికొని గగుర్పొడుచున్న యొడలుకలవాఁడై యుండెను. ఒకతెపై కన్నువైచిన కడమవారికి ఈసు పొడమునని ఒక్కతె సేనియు కనక గగుర్పాటు దాల్చుటచే అందఱియందును సమానురాగము తోఁచుచున్నది గావున నాయకుఁడు దక్షిణుఁడు.

ధృష్టుఁడు.

భూయోనిశ్శఙ్కకృతదోషోఽపి భూయోనివారితోఽపి
భూయః ప్రశ్రయపరాయణో ధృష్టః. యథా.

మాటిమాటికి నిర్భయముగా (కాంతకు) అపరాధము చేసినవాఁడయ్యును మాటిమాటికి (కాంతచే) ధిక్కృతుఁడయ్యును, మాటిమాటికి (కాంతయెడల) వినయ మవలంబించువాఁడు ధృష్టుఁడు. ఉదా.

బద్ధో హారైః కరకమలయో, ర్ద్వారతో వారితోఽపి,
స్వాపం జ్ఞాత్వా పునరుపగతో దూరతో దత్తదృష్టిః,
తల్పోపాన్తే కనకవలయం ముక్త మన్వేషయన్త్యా
దృష్టో ధృష్టః పున రపి మయా పార్శ్వ ఏవ ప్రసుప్తః. ౧౦౩

నాయికావాక్యము.—ధృష్టః = (ఆ) దిట్టరి, మయా = నాచేత, హారైః కర కమలయోః బద్ధః (అపి) = ముత్తెపుఁజేరులతో కేలుఁదమ్ముల యందు కట్టఁబడ్డవాఁడు (అయ్యును), ద్వారతః వారితః అపి = వాకిటి నుండి తొలఁగింపఁబడినవాఁడు అయ్యును, దూరతః దత్త దృష్టిః (సన్) స్వాపం జ్ఞాత్వా పునః ఉపగతః పార్శ్వే ఏవ ప్రసుప్తః = దూరమునుండి

నిగుడ్పఁబడిన చూపుగలవాఁడు (అగుచు) (నా) నిద్రను ఎఱింగి వెండియు వచ్చినాఁడు (నా) ప్రక్కనే నిద్రించినాఁడు, తల్పోపాన్తేముక్తం కనక వలయమ్ అన్వేషయన్త్యా (మయా) పునః అపి దృష్టః = (తల్ప=) పాన్పు యొక్క (ఉపాన్తే=) అంచున (నాచేతినుండి) విడువఁబడిన (ఊడిపడిన) పసిఁడి కడియమును వెదకికొనుచున్న (నాచేత) వెండియును చూడఁబడినాఁడు. నన్ను తగులకుండ మంచపుటోరను పరుండి నిద్రించినాఁడు, నేను ఆయోర నాకయినుండి జాఱిపడిన కడియమును చేతితో వెదకుచుండఁగా, నాచేతికి తగిలినాఁడు, అంత నేను అట్లు నిద్రించుచున్న యాతని కన్నుదెఱచి కాంచితిని, అని భా. కడియము ఊడుట అతనిం దఱిమినప్పటి నుండి కలిగిన విరహకార్శ్యముచేత.

శఠుఁడు.

కామినీవిషయకపటపటుః శఠః యథా.

కామినివిషయమందు (ఆమెకు తెలియనీయక) కపట మాచరింప జాణఁడు శఠుఁడు (నాఁబడు.) ఉదా.

మాళో దామ విధాయ, గణ్డఫలకే
వ్యాలిఖ్య పత్త్రావళిం,
కేయూరంభుజయోర్నిధాయ, కుచయో
ర్విన్యస్యముక్తాస్రజమ్,
విశ్వాసం సముపార్జయన్, మృగదృశః,
కాఞ్చీని వేశచ్ఛలా
న్నీవీగ్రన్థి మపాకరోతి మృదునా
హస్తేన వామభ్రువః. ౧౦౩

మృగదృశః=నాయికను, మాలాదామ విధాయ = తలకట్టునందు పూదండ రచించి,గణ్డఫలకే పత్త్రఆవలిం వ్యాలిఖ్య=పలకవంటి చెక్కిటియందు మకరికాపత్త్రముల వరుసను వ్రాసి, భుజయోః కేయూరం నిధాయ = కైదండలయందు అంగదమును పెట్టి, కుచయోః ముక్తా స్రజం విన్యస్య = పాలిండ్లయందు ముత్తెముల పేరును ఉంచి, విశ్వాసం సముపార్జయన్ = (ఇతఁడిపుడు అలంకరించుచున్నాఁడే గాని మఱేమియు చేయఁడు, అని) నచ్చికను చక్కఁగా సంపాదించి, కాఞ్చీ నివేశ ఛలాత్ మృదునా హస్తేన వామభ్రువః నీవీగ్రన్థిమ్ అపాకరోతి=మొలనూలు పెట్టుటయనెడు మిషచేత మృదువైన (చేతితో మృదువుగా - అనఁగా - కాంతకు తెలియనీయక) సుందరియొక్క పోఁకముడిని సడలించుచున్నాఁడు.

ఉపపతి.

ఆచారహానిహేతుః పతి రుపపతిః. యథా.

సదాచారభంగమునకు కారణ మగుపతి ఉపపతి (అంకుమగఁడు).

ఉదా.

శఙ్కాశృఙ్ఖలితేన యత్ర నయనప్రాన్తేన న ప్రేక్ష్యతే,
కేయూరధ్వని భూరి భీతి చకితం నో యత్ర వాశ్లిష్యతే,
నో వా యత్ర శనై రలగ్నదశనం బిమ్బాధరః పీయతే,
నో వా యత్ర విధీయతే చ మణితం తత్కిం రతం కామినోః.

యత్ర = ఏపొందునందు, శఙ్కా శృఙ్ఖలితేన నయన ప్రాన్తేన న ప్రేక్ష్యతే = జంకుచే సంకెలంబడిన కన్నుఁగొనచేత చూచుట లేదో (తప్పని చేయుచున్నా మను జంకుచేత విచ్చలవిడి భగ్నమైనందున ఒండొరులను కడకంటిచూపుల చూచుట లేదో), యత్ర = ఏపొందునందు, కేయూర

ధ్వని భూరి భీతి చకితం నో వా ఆశ్లిష్యతే = అంగదముల చప్పుడువలని గొప్ప భయమువలని బెదరుచేత కవుంగలింత యేని లేదో, యత్ర = యే పొందునందు, శనైః అలగ్న దశనం బిమ్బాధరః నో వా పీయతె = మెల్లగా దంతములు తగులనియట్లుగా దొండపండువంటి దైనమోవి ఆస్వాదింపఁబడు టయేని లేదో, యత్ర = ఏపొందునందు, మణితం నో వా విధీయతే = రతి కూజిత మేనియు చేయఁబడదో, కామినోః తత్ కిం రతమ్ = కాముకులకు ఆపొందు ఏమిపొందు (కొఱగానిపొం దని భా.) పలుగాట్లను మణితములను చేయమి వానిచే ఈపొందు ఇతరులకు తెలియుననుభయముచేత. చౌర్యరతి గాన ఉపపతి.

ఉపపతి ర ప్యనుకూలాదిభేధేన చతుర్విధః. పరం తు శఠత్వం నియత, మనియత మితరత్.

ఉపపతియు అనుకూల దక్షిణ ధృష్ట శఠ భేదముచే నలుదెఱఁగుల వాఁడు. అట్లయినను శఠత్వము నియతము, ఇతరము (= అనుకూలత్వాదికము) నియతము గాదు.

వైశికుఁడు.

బహుళ వేశ్యోపభోగ రసికో వైశికః. యథా.

మిక్కిలి వేశ్యా సంభోగమునందు ఆసక్తుఁడు. ఉదా:

కాఞ్చీ కల క్వణిత కోమల నాభి కాన్తిం
పారావత ధ్వని విచిత్రిత కణ్ఠ పాళిమ్
ఉద్భ్రాన్త లోచన చకోర మనఙ్గరఙ్గ
మాశాస్మహే క మపి వారవిలాసవత్యాః. ౧౦౫

నాయకునివాక్యము.—కాఞ్చీ...కాన్తిమ్ = మొలత్రాటియొక్క యింపయిన మ్రోఁతగలదైన - మనోహరమయిన - పొక్కిలియొక్క జిగిగలదియు, పారా...శిమ్ = పావురముల గుబాళింపుచేత (అట్టిరతికూజితముచేత) వింతదిగాఁజేయఁబడిన (వింతగొయిన) కంఠప్రదేశముగలదియు, ఉ...రమ్ = చెలరేఁగిన కన్నులనెడు వెన్నెలపులుఁగులుగలదియు, (అయిన), (ఇవన్నియు రంగమునకు విశేషణములు, వారవిలాసవత్యాః కమపి అనఙ్గరఙ్గమ్ ఆశాస్మహే = బోగపుమిటారియొక్క యనిర్వచనీయమయిన మదనకదనమును (మదననాట్యము నొండె) (సురతమును అనుట) కోరుకొనుచున్నాను. వేశ్యాసక్తుఁడు గాన వైశికుఁడు.

వైశిక భేదములు.

వైశికస్తూత్తమమధ్యమాధమభేదాత్ త్రివిధః.

వైశికుఁడో ఉత్తమ మధ్య మాధమ భేదముచేత ముత్తెగలవాఁడు.

ఉత్తమవైశికుఁడు.

దయితాయాం భూయఃప్రకోపేఽప్యుపచారపరాయణ ఉత్తమః.

ప్రియ ఎంత కోపము చెందినను (ఆమెకు) సేవలొనర్చుటయందాసక్తుఁడు ఉత్తముఁడు.

చక్షుః ప్రాన్తముదీక్ష్య పక్ష్మలదృశః శోణారవిన్దశ్రియం,
నోచ్చైర్జల్పతి, నస్మితం వితనుతే, గృహ్ణాతి వీటీం న వా,
తల్పోపాన్తముపేత్య కిన్తు పులకభ్రాజత్కపోలద్యుతిః
కాన్తః కేవలమానతేన శిరసా ముక్తాస్రజం గుమ్ఫతి.౧౦౬

కాన్తః=ప్రియుఁడు, పక్ష్మలదృశః చక్షుః ప్రాన్తం శోణ అరవిన్ద శ్రియమ్ ఉదీక్ష్య=దట్టంపు ఱెప్పలతోడి కన్నులుగలదానియొక్క (నాయికయొక్క) కంటి కొనను ఎఱ్ఱదామర సొంపుగలదానినిచూచి (అనఁగా-

కన్నుఁగొన కెంపెక్కినదని యెఱింగి, అనఁగా - ఆమె కోపగించియున్నదని తెలిసికొని), (ఆమెకు కోపము హెచ్చు నను భయముచేత), ఉచ్చైః న జల్పతి = బిగ్గరగా పలుకఁడు, స్మితం న వితనుతే = నవ్వును పెంపఁడు (=నవ్వఁడు), వీటీం వా న గృహ్ణాతి = వీడెము నేనియు గ్రహింపఁడు, కింతు=మఱి యేమి చేయు ననఁగా, తల్పోపాన్తమ్ ఉపేత్య పులక భ్రాజత్ కపోల ద్యుతిః (సన్) కేవలమ్ ఆనతేన శిరసా ముక్తా స్రజం గుమ్ఫతి = (తల్ప=) పడకయొక్క (ఉపాన్తమ్=) చెంతకు పోయి గగురుపాటుచే ప్రకాశించుచున్న చెక్కిళ్లయొక్క కాంతికలవాఁ (డై) మిక్కిలి వంగిన తలతో (- తలగలవాఁడై, అనఁగా తలను మిక్కిలి వంచుకొని) ముత్తెముల పేరును గ్రుచ్చెడిని. ఆమెచనుదోయి నలంకరించుట కని భా. కుపితను సేవించుటచే నుత్తముఁడు. ముత్తెపుంబేరులంచముచే విత్తాభిలాషిణి యగు వేశ్య నూచిత గావున వైశికుఁడు.

మధ్యమవైశికుఁడు.

ప్రియాయాః ప్రకోపే కోప మనురాగం వా న ప్రకటయతి
చేష్టయా మనోభావం గృహ్ణాతి స మధ్యమః. యథా.

ప్రియ యెంత కోపించినను (తాను) కోపము నేని అనురాగము నేని చూపక (ప్రియయొక్క) చేష్టలచేత (తదీయ) మనోభావమును కనిపట్టువాఁడు మధ్యముఁడు.

ఆస్యం య ద్యపి హాస్యవర్జిత మిదం,
లాస్యేన వీతం వచో,
నేత్రం శోణసరోజకాన్తి; త దపి
క్వాఽపి క్షణం స్థీయతామ్,
మాలాయాః కరణోద్యమో, మకరికా
రమ్భః కుచాభోగయో,

ధూపః కున్తలధోరణీషు, సుదృశః
సాయన్తనో దృశ్యతే. ౧౦౭

నాయకుఁడు వయస్యునితో నాలోచించుచున్నాఁడు. — సుదృశః = సుందరియొక్క, ఇదమ్ ఆస్యం హాస్య వర్జితం యద్యపి = ఈ ముఖము నవ్వు లేనిది అయినను, వచః లాస్యేన వీతం (యద్యపి) = మాట నృత్యము లేనిది (గా నున్నను), నేత్రం శోణసరోజకాన్తి (యద్యపి) = కన్ను ఎఱ్ఱదామరవన్నెగలది(గా నున్నను), (అనఁగా - నాయిక యింతకోపముగా నున్నను), తదపి = ఆహేతువుచేత, క్షణం క్వాపి స్థీయతామ్ = కొంచెము సేపు (ఆమెయెదుటఁ గాక నేను మఱి) యెక్కడనైని యుండవలసినది, (కొంచెముసేపటికి ఏలయన, ఆమెకోపము శమించు ననుటకు కారణ మగపడుచున్నది; ఏ దనఁగా-) సాయన్తనః = సాయంకాలోచితమైనది (ఇది ఆరంభధూపములకు సైతము విశేషణము), మాలాయాః కరణ ఉద్యమః = పూదండను గ్రుచ్చు యత్నము, కుచ ఆభోగయోః మకరికా ఆరమ్భః = చను విరువులయందు మకరికాపత్త్రములు వ్రాయు కడంకయు, కున్తల ధోరణీషు ధూపః = తలవెండ్రుకల మొత్తములకు ధూపమిడుసన్నాహమును, దృశ్యతే = (ఒక్కటొక్కటియు) అగపడుచున్నది. క్షణ మవలనుండు నేని కోపము శమిల్లి సాయమండనము దాల్చి నన్ను కోరును, అపుడు నేను మఱల రాఁదగును అని భా. కుపితప్రౌఢల నిజకోపానురాగములం బ్రకటింపక తన్మనోభావమును తచ్చేష్టచే నెఱింగినాఁడు గావున నాయకుఁడు మధ్యముఁడు. హాస్యలాస్యములచే వేశ్య సూచితగావున వైశికుఁడు.

అధమవైశికుఁడు.

భయకృపాలజ్జాశూన్యః కామక్రీడాయా మకృతకృత్యా
కృత్యవిచారోఽధమః. యథా.

భయకృపాలజ్జలు లేనివాఁడు కామక్రీడయందు ఇది చేయఁదగినది ఇది చేయరానిది అను విచారము లేనివాఁడు అధముఁడు, ఉదా.

ఉదయతి హృది యస్య నైవ లజ్జా,
న చ కరుణా, న చ కోఽపి భీతిలేశః,
వకుళముకుళకోశకోమలాం మాం
పున రపి తస్య కరే న పాతయేథాః. ౧౦౮

బాలవేశ్య తల్లితో మొఱపెట్టుకొనుచున్నది.—యస్య = ఎవనికి, హృది = హృదయములో, లజ్జా న ఏవ ఉదయతి = లజ్జ పొడమనే పొడమదో, కరుణా చ న (ఏవ ఉదయతి)=దయయు (కలుగనేకలుగదో, కః అపి భీతి లేశః చ న (ఏవ ఉదయతి) = ఏమాత్రము ను భయ లేశము గాని (లేనేలేదో) (తనచెయువులకు నాకు కోపము వచ్చు ననుభయము ఎవనికి ఇంచుకేనియు లేదో), తస్య కరే = వాని చేతిలో, వకుళ ముకుళ కోశ కోమలాం మాం పునః అపి న పాతయేథాః = పొగడ మొగ్గలయొక్క బొక్కసమువలె (అనగా - దానిసౌకుమార్యాదిసర్వధనమువలె) సుకుమారి నైన నన్ను వెండియు వేయకుము. వైశికుని యధమత స్పష్టము.

మానియు చతురుండును.

మానీ చతుర శ్చ శఠ ఏ వా న్తర్భవతః.

మాని(యు) చతురుండు ను శఠునియందే అంతర్భావము పొందుదురు.

మానీ యథా.

బాహ్యకూతపరాయణం తవ వచో,
వజ్రోపమేయం మనః,
శ్రుత్వా వాచ మిమా మపాస్య వినయం
వ్యాజా ద్బహిః ప్రస్థితే,
ప్రాత ర్వీతవిలోకనే పరిహృతా
లాపే విప్రృత్తాననే

ప్రాణేశే నిపతన్తి హన్త కృపణా
వామభ్రువో దృష్టయః. ౧౦౯

(హేప్రియ = ఓదయితుఁడా), తవ వచః బాహ్య ఆకూత పరాయణమ్ = నీమాట (తెరువను నాకడనుండి పోవునప్పుడు మఱల వెంటనే వచ్చెద నని నీవు చెప్పిన మాట) (హృదయమునకు) వెలియయిన యభిప్రాయము ప్రధానముగాఁగలది (అనఁగా-మనస్సులోనిది గాదు, కపటము అసత్యము), మనః వజ్ర ఉపమేయమ్ = (నీ) మనస్సు వజ్రముతో పోల్పఁదగినది (అనఁగా - అతికఠినము, కనికరము లేనిది), ఇమాం వాచం శ్రుత్వా = (సాయంకాలమున ప్రియయింటికి వచ్చిననాయకుఁడు ఆమె పల్కిన) యీ మాటను విని, వినయమ్ అపాస్య వ్యాజాత్ బహిః ప్రస్థితే (సతి) = (ఆమెను) మన్నింపువేఁడుటను మాని (ఏదో) మిషచేత బయటికి (పడకటింటినుండి) వెడలిపోయినవాఁడు (అయి), (ఆమాట కలిగి యిలువెడలి పోయి రాత్రి ఆమెను ఎడచేసి ప్రాతఃకాలమందు మఱల ఆమెయింటికి వచ్చి), వీత విలోకనే పరివృత ఆలాపే వివృత్త ఆననే ప్రాణేశే=మానిన చూపుగలవాఁడై (ఆమెవైపు చూడక) మానిన మాటగలవాఁడై (ఆమెతో పలుకక) అవలికి తిరిగిన మోముగలవాఁడై (మొగమును) ఆమెకు అగపడనియట్లుగా త్రిప్పుకొని యున్నట్టి) ప్రాణనాథునిమీఁద, ప్రాతః కృపణాః వామభ్రువః దృష్టయః నిపతన్తి = ప్రాతఃకాలమందు (మఱల ఏమాట యనిన ఎక్కడ అలిగి పోవునో యనుభయముచేత) దీనములయిన సుందరి యొక్క చూపులు పడుచున్నవి, హన్త = అక్కటా! అలిగినందున మాని, వ్యాజముచేత సాధించినందున శఠాంతర్భూతుఁడు.

చతురుఁడు.

వాక్చేష్టావ్యఙ్గ్యసమాగమ శ్చతురః.

సంభోగాభిలాషను (స్ఫుటముగా చెప్పక) మాటచేత నేని పనిచేత నేని సూచించువాఁడు చతురుఁడు (అనఁబడును).

ఆద్యో యథా.

వాగ్వ్యంగ్యసమాగమునికి ఉదా.

తమోజటాలే హరిదన్తరాలే
కాలే నిశాయా స్తవ నిర్గతాయాః
తటే నదీనాం నికటే వనీనాం
ఘటేత శాతోదరి కః సహాయః? ౧౧౦

నాయికతో నాయకుఁ డనుట.—శాతోదరి - శాత = సన్నని - ఉదరి = కడుపుగలదానా, నిశాయాః కాలే = రాత్రి వేళ, తమో జటాలే తమః = చీఁకటి చేత - జటాలే = జడలుగలద్దైన అనఁగా - దట్టమైన), హరిదన్తరాలే-హరిత్ . దిక్కులయొక్క-అన్తరాళే = నడిమిప్రదేశమందు, వినిర్గతాయాః తవ=బయలువెడలినట్టి నీకు, నదీనాం తటే వనీనాం నికటే= ఏళ్లయొడ్డునకు కోనల చెంగటను, సహాయః కః ఘటేత = తోడు ఎవఁడు కలుగును (ఎవఁడును కలుఁగఁ డనుట); నేనే తోడు అగుదును, ప్రతియేటి యొడ్డునను ప్రతికాటిచెంగటను క్రీడింతము, అని భా. అది నాయకునివాక్యమునకు వ్యంగ్యార్థ మయినది గావున అతఁడు వాగ్వ్యంగ్యసమాగముఁ డను చతురుఁడు.

ద్వితీయో యథా.

చేష్టావ్యంగ్యసమాగమునికి ఉదా.

కాన్తే కనకజమ్బీరం కరే కిమపి కుర్వతి,
అగారలిఖితే భానౌ బిన్దు మిన్దుముఖీ దదౌ. ౧౧౧

కాన్తే...కుర్వతి = కాంతుఁడు బంగారునిమ్మపండును చేతిలో ఏమో చేయుచుండఁగా (పట్టి నలుపుచుండఁగా), ఇన్దుముఖీ అగా...బిన్దుం దదౌ = చంద్రవదన (నాయిక) ఇంట (ద్వారోపాంతరమున) వ్రాయఁబడిన సూర్యునియందు (సూర్యప్రతిమ యందు) సున్నను పెట్టెను. నీచను

దోయిం దాఁకెడుభాగ్యము నా కెప్పుడు గలుగునుకీ- అని జంబీరమర్దనమున కభిప్రాయము; ప్రొద్దు గ్రుంకినపిమ్మట నని సూర్యునిపై నున్నచుట్టిన యభిప్రాయము. నాయకుఁడు సంగమాభిలాషను చేష్టచే సూచించినచతురుఁడు.

పత్యాదులభేదాంతరములు.

ప్రోషితః పతి రుపపతి ర్వైశిక శ్చ భవతి.

పత్యుపపతివైశికులు ప్రోషితులు (అనఁగా- ప్రియను విడి దేశాంతరము పోయినవారు) నగుదురు.

ప్రోషితః పతి ర్యథా.

ఊరూ రమ్భా, దృ గపి కమలం, శైవలం కేశపాశో,
వక్త్రం చన్ద్రో, లపిత మమృతం, మధ్యదేశో మృణాళమ్,
నాభిః కూపో, వళి రపి సరిత్, పల్లవః కిం చ పాణి,
ర్యస్యాః సా చే దురసి న కథం హన్త తాపస్య శాన్తిః?

ప్రోషితుఁడు తలపోసికొనుచున్నాఁడు.—యస్యాః = ఎవతె యొక్క, ఊరుః రమ్భా = తొడ అరఁటిబోదియయో (అనఁగా - దానివంటిదో-అనంతరవ్యాకములందును ఇట్లేగ్రహింపవలయు), దృక్ అపి కమలమ్ = నేత్రంబు ను తామరయో, కేశ పాశః శైవలమ్ = తలవెండ్రుకలమొత్తము నాఁచో, వక్త్రం చన్ద్రః = మొగము చంద్రుఁడో, లపితమ్ అమృతమ్ = మాట యమృతమో (=మధురమో), మధ్యదేశః మృణాళమ్ = నడుము తమ్మికాఁడయో (=సన్నమో), నాభిః కూపః = పొక్కిలి బావియో (=లోఁతో), వళిః అపి సరిత్ = ముత్తలులు ను ఏఱో (ఒక్కొక్కముడుఁతయు ఒక్కొక్క యలవలెనున్న దనుట - వళిశబ్దము వళిసముదాయపరము), కిం చ పాణిః పల్లవః = మఱియు చేయి చిగురాకో, హన్త = అయ్యో, సా ఉరసి న స్యాత్ (చేత్) తాపస్య శాన్తిః కథమ్ = ఆప్రియ ఱొమ్మున లేదేని తాపము తీఱుట ఎట్లు? (తీఱ దనుట.) హృదయ

మను చెప్పుట హృదయము హృదయభవునితాపమునకు పుట్టుచోటుగావున
ను అచట ఆతాపము అతితీవ్రముగా నుండును గావునను. ఉపమానములన్ని
యు చలువపదార్థములు, అందువలన నాయికయొక్క తాపహరణసామ
ర్థ్యము తెలియుచున్నది. స్వీయ కాదన గమకములేనందున నాయిక
స్వీయ. కావున నీప్రోషితుండు పతియే.

ప్రోషిత ఉపపతి ర్యథా.

యాన్త్యాః సరః సలిలకేళికుతూహలాయ
వ్యాజా దుపేత్య మయి వర్త్మని వర్తమానే
అన్తః స్మిత ద్యుతి చమత్కృత దృక్తరఙ్గై
రఙ్గీకృతం కి మపి వామదృశః స్మరామి. ౧౧౩

నాయకునిమాట.—సలిల కేళి కుతూహలాయ సరః యాన్త్యాః
వామ దృశః=జల కేళి తమిచేత కొలనికి పోవుచున్న సుందర నేత్రయొక్క,
వర్త్మని మయి వ్యాజాత్ ఉపేత్య వర్తమానే (సతి)= దారిలో నేను మిష
చేత (ఉంగరమో బంగారుమొలత్రాడో వెదకుకొనుచున్నట్లు నటించుచు)
వచ్చి యుండఁగా, అన్త... రఙ్గైః కిమపి అఙ్గీకృతం స్మరామి = లోని
చిఱునగవుయొక్క కాంతిచేత వింతలైన (దృక్=)చూపులయొక్క (తర
ఙ్గైః=) అలలచేత (అనఁగా - మాటచేతఁగాక నవ్వుఁజూపులచేతనే ప్రియ
తెలియఁజేసిన) మనోహరమైన మరుకేళిసమ్మతిని తలపోసికొనుచున్నాను.
ప్రోషితోపపతిత్వము స్పష్టము.

ప్రోషితో వైశికో యథా.

అధృత పరిగళన్నిచోళ బన్ధం
ముషితనకార మవక్రదృష్టిపాతమ్

ప్రకటహసిత మున్నతాస్య బిమ్బం
పురసుదృశః స్మరచేష్టితం స్మరామి. ౧౧౪

నాయకునిమాట.—అధృత పరిగళత్ నిచోళ బన్ధమ్=ఆఁపఁబడని వీడ్వడుచున్న పోఁకముడి (అవికముడి యని యేని చెప్పవచ్చును) కలది (యు), ముషిత నకారమ్ = దొంగిలఁబడిన వలదనుమాటను కలది (యు) అవక్ర దృష్టి పాతమ్ = వంకరగాని చూపుల ప్రసారముకలది (యు), ఉన్నత ఆస్య బిమ్బమ్=ఎత్తఁబడిన ముఖ మండలముగలది (యు), (నయిన) (ఇవి స్మరచేష్టితమునకు విశేషణములు), పుర...రామి = ఊరియాలియొక్క (వేశ్యయొక్క) మన్మథవ్యాపారమును (సురతమును) భావించుచున్నాను, (లజ్జ లేనిది గావున వారసుందరి సురతసమయమందు నీవి సడలించుచున్న నాయకునికి ఆటంకముగా నీవిని చేత పట్టుకొనదు, ఎట్టికామాతిరేకచేష్టితము సేనియు వల దనదు, కొరచూపుల చూడక తిన్నఁగాఁ జూచును, నిర్భయముగా నవ్వును, చక్కఁగా మొగ మెత్తుకొని నాయకునివదనమును తన్మనోభావజిజ్ఞాసచే చూచును, అని సంగతి.)

అతీత వేశ్యాసురతస్మరణచే ప్రోషితవైశికత్వము తెలియవచ్చుచున్నది.

నాయకాభాసుఁడు.

అనభిజ్ఞో నాయకో నాయకాభాస ఏవ. యథా.

(ఎంతసూచన చేసినను) భావ మెఱుంగనేరనివాఁడు నాయకాభాసుఁడు గాని నాయకుఁడు కాఁడు. ఉదా.

శూన్యే సద్మని యోజితా బహువిధా
భఙ్గీ, వనం నిర్జనం
పుష్పవ్యాజ ముపేత్య నిర్గత, మథ
స్ఫారీకృతా దృష్టయః,

తామ్బూలాహరణచ్ఛలేన విహితౌ
వ్యక్తౌ చ వక్షోరుహౌ,
వేత్తేనాపి న వేత్తి, దూతి, కియతా
యత్నేన స జ్ఞాస్యతి? ౧౧౫

ఒకానొకతె దూతితో చెప్పుకొనుట.—శూన్యే సద్మని బహువిధా భఙ్గీ యోజితా=జనసంచారములేని యింట (అతని మ్రోల) నానావిధమయిన చిట్టకము సలుపఁబడినది (చిట్టకము సల్పితిని, ఇట్లే ఉత్తరత్ర ఊహించుకొనునది), పుష్ప వ్యాజమ్ ఉపేత్య నిర్జనం వనం నిర్గతమ్=(కర్త్రర్థకమున) పువ్వులకని మిష పెట్టి (అతనితోఁగూడ) జనరహితమయిన యడవికి పోయితిని, అథ దృష్టయః స్ఫారీకృతాః = మఱియు (అతనికేసి) చూపులు నిగుడ్పఁబడినవి (-నిగిడ్చితిని), (కిం) చ = (మఱి) యు, తామ్బూ... లేన— తామ్బూల = వీడెమును - ఆహరణ = సమర్పించుటయనెడు - ఛలేన = మిషచేత - వక్షోరుహౌ వ్యక్తౌ విహితౌ=పాలిండ్లు బయల్పఱుపఁబడినవి-(పయ్యెదను జాఱఁజేసి పాలిండ్లను తోఁపఁజేసి రెండుచేతులతోను తాంబూలము సమర్పించితిని), దూతి=(ఓ) దూతి, ఏతేన అపి సః న వేత్తి కియతా యత్నేన జ్ఞాస్యతి = ఇంత చేసినను అతఁడు తెలిసికొనఁడు ఎంత ప్రయత్నముచే (సిన) తెలిసికొనునో! కేవలము మొద్దు అని భా.

నాయికకుఁ జెప్పినభేదములను నాయకునికి నిషేధించుచున్నాఁడు.

న చ నాయికాయా ఇవ నాయకస్యాపి తే భేదాః సన్తీతి వాచ్యమ్; తస్యా అవస్థాభేదేన భేదాః. తస్య చ స్వభావభేదేన భేదా, ఇతి విశేషాత్. అనుకూలత్వం దక్షిణత్వం ధృష్టత్వం శఠత్వ మితి చత్వార ఏవ నాయకస్య స్వభావా ఇతి, అన్యథాఽవస్థాభేదేన యది నాయకస్యాపి భేదః స్యాత్, తదా, ఉత్క విప్రలబ్ధ

ఖణ్డితాదయో నాయకాః స్వీకర్తవ్యాః; తథాచ, సంకేత వ్యవస్థాయాం స్త్రీణా మనాగమనేఽసంప్రదాయాత్ నాస్త్యనాగమశఙ్కా, ధూర్తత్వ మన్యోపభోగచిహ్నితత్వం చ నాయకానాం న తు నాయికానామ్ తాః ప్రతి తదుద్ఘాటనే రసాభాసాపత్తేః.

నాయికలుంబోలె (నాయికలకు చెప్పిన) యీభేదములు నాయకునికిని కలుగునుగాక యని చెప్పఁగూడదు. (ఏల యన.—) నాయికకు అవస్థాభేదముచేత భేదములనియు నాయకునికి స్వభావభేదముచేత భేదములనియు ఒకవిశేషము (ఉన్నందు) వలన. అనుకూలత్వము దక్షిణత్వము ధృష్టత్వము శఠత్వము నను నాలుగే నాయకస్వభావములు అని (విశదము). అట్లు గాక అవస్థాభేదమునుబట్టి నాయకునికిని భేదము కలుగు నేని, అంతట ఉత్క విప్రలబ్ధ ఖండితాది నాయకులను అంగీకరింపవలసివచ్చును; అట్లంగీకరించుటకు (ఈవక్ష్యమాణ విరోధము లున్నవి:—) సంకేతవ్యవస్థయందు (సంకేస్థలమునకు) స్త్రీలు రామి సంప్రదాయవిరుద్ధంబు గావున (స్త్రీ) రామికి కారణ మేమో యను సందేహము (పురుషునికి) కలుగగు, (ఇందువలన ఉత్కనాయకుఁడు లేఁడు.) (మఱి) ధూర్తత్వము అన్యోపభోగచిహ్నితత్వమును నాయకులకే గాని నాయికలకు కావు, (ఏలన-) స్త్రీలకు నుచితము వానిని (ధూర్తత్వాన్యోపభోగచిహ్నితత్వములను) చెప్పుట రసాభాసము గావున; (ఇందువలన విప్రలబ్ధ ఖండిత నాయకులు నిరస్తులు.)

నర్మసచివుఁడు.

తేషాం నర్మసచివః పీఠమర్ద విట చేట విదూషక భేదా చ్చతుర్విధః.

ఆనాయకులకు క్రీడాసఖుఁడు పీఠమర్ద విట చేట విదూషక భేదము చేత నాలుగు విధములవాఁడు.

పీఠమర్దుఁడు.

కుపితస్త్రీప్రసాదకః పీఠమర్దః. యథా.

అలిగినచెలువను అలుకదీర్చువాఁడు పీఠమర్దుఁడు. ఉదా.

కోఽయం కోపవిధిః! ప్రయచ్ఛ కరుణా
గర్భం వచో, జాయతాం
పీయూషద్రవదీర్ఘికాపరిమళై
రామోదినీ మేదినీ;
ఆస్తాం వా, స్పృహయాళులోచన మిదం
వ్యావర్తయన్తీ ముహు
ర్యస్తే కుప్యసి తస్య సున్దరి తపో
బృన్దాని వన్దామహే. ౧౧౬

అలిగిననాయికకు నాయకునిమిత్రుఁడు వచించుట.—(హే)సున్దరి = (ఓ)యందగత్తియా, కః అయం కోప విధిః = ఏమి యీ కోప ప్రకారము (అపూర్వము, ఇది తగదు, మాను మని భా.), కరుణా గర్భం వచః ప్రయచ్ఛ = గర్భమందు (లోపల) కరుణగలదైన మాటను ఒసంగుము (కనికరము వహించి మాట యాడుము), (దానంజేసి) మేదినీ పీయూష ద్రవ దీర్ఘికా పరిమళైః ఆమోదినీ జాయతామ్ = భూమి అమృత ద్రవంపు నడబావియొక్క నెత్తావులచేత తావిగలది యగునుగావుత (ఆమెయొక్క వచనము అమృతమువంటిది గావున ఆమెపలికినచో భూమియందెల్ల అమృతసౌరభము నిండు నని భా.); ఆస్తాం వా = ఉండునుగాక (పోనీ నీవు మాటలాడ

నేవలదు), స్పృహయాళు ఇదం లోచనం ముహుః వ్యావర్తయన్తీ (సతీ) = (ప్రియునిఁ గన) నభిలషించుచున్న యీ కంటిని మాటిమాటికి పెడమ ఱించుచున్నదాన (వై), యస్మై కుప్యసి తస్య తపో బృన్దాని వన్దామహే = ఎవనిమీఁద కోపగించుచున్నావో అతని తపః పరంపరలను కొనియాడుచున్నాము (చున్నాను), (నీకు కోపము గల్గుట - నీయొక్క ప్రేమాతిశయముచేత, ఆప్రేమాతిశయమునకు పాత్ర మగుభాగ్యము ఎన్నియో తపంబుల వలనఁ దక్క లభింప దని భా.) అలుకతీర్చు నేర్పరి గాన పీఠమర్దుఁడు.

విటుఁడు.

కామతన్త్రకలాకోవిదో విటః. యథా.

కామవ్యాపారశాస్త్రమందు ప్రవీణుఁడు విటుఁడు. ఉదా.

ఆయాతః కుముదేశ్వరో, విజయతే సర్వేశ్వరో మారుతో,
భృఙ్గః స్ఫూర్జతి భైరవో, న నికటం ప్రాణేశ్వరో ముఞ్చతి,
ఏతే సిద్ధరసాః, ప్రసూనవిశిఖో వైద్యోఽనవద్యోత్సవో,
మానవ్యాధిరసౌ కృశోదరి కథం త్వచ్చేతసి స్థాస్యతి।౧౧౭

భైరవః = (విరహిజన) భయంకరుఁడు, కుముదేశ్వరః - కుముద = తెల్లగలువలయొక్క - ఈశ్వరః = దొర (చంద్రుఁడు), ఆయాతః = ఉదయించినాఁడు, [భైరవః = (విరహిజన) భయంకరుఁడు] - సర్వేశ్వరః - (ప్రాణమగుటచేత) సర్వ = ఎల్లవారికిని - ఈశ్వరః=ప్రభువయిన, మారుతః = వాయుదేవుఁడు, విజయతే = ఉత్కర్ష గలిగియున్నాఁడు (చక్కఁగా వీచుచున్నాఁడు), [భైరవః = (విరహిజన) భయంకరమయిన]-భృఙ్గః స్ఫూర్జతి = తుమ్మెద మ్రోయుచున్నది, ప్రాణేశ్వరః నికటం న ముఞ్చతి=ప్రాణ

నాథుఁడు సమీపమును వదలకున్నాఁడు, ఏతే=ఈనాలుగును, సిద్ధరసాః-సిద్ధ = తప్పకఫలించునట్టి - రసాః = శృంగారరసముకలవారు, వీరు పని బడినచో శృంగారరసో త్పత్తి తప్పదని భా.), ప్రసూన విశిఖః అనవద్యోత్సవః వైద్యః = పుష్ప బాణుఁడు (అనవద్య =) భంగములేని (ఉత్సవః =) జయముకలయట్టి (చేతివానికలయట్టి) వెజ్జు, (ఇట్టివైద్యునికి ఈసిద్ధౌషధములకును తిరుగఁబడి), అసౌ మాన వ్యాధిః త్వత్ చేతసి కథం స్థాస్యతి= (నిన్ను బాధించుచున్న) యీ యలుక రోగము నీ మనస్సులో ఎట్లు నిలుచును? (నిలువ దనుట; ఇన్నిప్రబలమదనోద్దీపకములు ఏచుచుండఁగా మానమును నీ వెట్లు వదలకుందువు తప్పక వదలుదువు, అని భా. వదల కేని ఈ చంద్రాదులచే కడు శ్రమపడుదువు, కావున, వదలుము, అని హితోక్తి.)

కామోద్దీపకత్వమును ఉపన్యసించుటచేత కామశాస్త్రపాండిత్య మగపడుచున్నది.

చేటుఁడు.

సంధాన చతుర శ్చేటః యథా.

(నాయికానాయకులను) కూర్చుటయందు నేర్పరి చేటుఁడు. ఉదా.

సా చన్ద్రసున్దరముఖీ స చ నన్దసూను
ర్దైవా న్నికుఞ్జభవనం సముపాజగామ;
అత్రా న్తరే సహచర స్తరణౌ కఠోరే
పానీయ పాన కపటేన సరః ప్రతస్థే. ౧౧౮

చన్ద్రసున్దర ముఖీ సా (చ) స నన్ద సూనుః చ = జాబిల్లివలె నందమయిన మొగముగలదైన యారాధ (యు) ఆ నంద తనయుఁడు (కృష్ణుఁడు) ను, దైవాత్ నికుఞ్జ భవనం సముపాజగామ = దైవయోగంబున పొదరింటికి వచ్చెను (వచ్చిరి), అత్ర అన్తరే సహచరః తరణౌ కఠోరే (సతి)

పానీయ పానకపటేన సరః ప్రతస్థే = అంత లోపల సంగాతకాఁడు ప్రొద్దు తీవ్రముగా (నుండఁగా) జలము త్రాగుట యను మిషచేత కొలనికి తరలెను. తానచట నున్నచో వారికి కలయిక కలుగదని అవలి కేఁగెను గావున ఈసహచరుఁడు సంధానకుఁ డగుఁడు.

విదూషకుఁడు.

అఙ్గాదివైకృతై ర్హాస్యకారీ విదూషకః. యథా.
అవయవాదివికారములచేత నవ్వు పుట్టించువాఁడు విదూషకుఁడు. ఉదా.

ఆనీయ నీరజముఖీం శయనోపకణ్ఠం,
ముత్కణ్ఠితోఽస్మి కుచకఞ్చుకమోచనాయ;
అత్రాన్తరే ముహు రకారి విదూషకేణ
ప్రాత స్తన స్తరుణకుక్కుటకణ్ఠనాదః. ౧౧౯

నాయకునిమాట.—నీరజ ముఖీం శయన ఉపకణ్ఠమ్ ఆనీయ = కమల వదనను పడక దగ్గఱకు తెచ్చి, కుచ కఞ్చుక మోచనాయ ఉత్కణ్ఠితః అస్మి = చన్నుల ఱవికను విప్పుటకు వేగిరపాటుకలవాఁడను అయితిని, అత్ర అన్తరే = ఈ లోపల, విదూషకేణ ప్రాత స్తనః తరుణ కుక్కుటకణ్ఠ నాదః ముహుః అకారి = విదూషకునిచేత ప్రాతఃకాలపుఁ గొదమ కోడి గొంతు ధ్వని పలుమాఱు చేయఁబడెను. (= విదూషకుఁడు పలుమాఱు ప్రాతఃకాలపుఁగొదమకోడికూఁతను కూసెను; విదూషకుఁడు నవ్వించుటకై యట్టికూఁతలు నేర్చినవాఁడని సంగతి.)

నీరజముఖి శయనమునకు రాఁగా ననక, నీరజముఖిని శయనమునకు తెచ్చి యనుటచేత, నాయిక నవోఢ, ఇంక విస్రబ్ధనవోఢ కాలేదు. దానం జేసి నాయికను సంభోగ వ్యాపారములకై కైవసము సేసికొనుటకు నాయకునియత్నము వలసియున్నది. అట్లు ఈ కూఁతలకు మోసపోయి తెల్లవాఱె

నసంభ్రమచేత సద్యఃప్రమదవిచ్ఛేదమైనను, (విచ్ఛేదముగానీయక ఆరాత్రిని కోలుపోనొల్లక నాయిక సులువుగా కైవసమయి సంభోగంబునం గుదిరినను, ఈ రెండుపక్షంబులందును;, రాత్రి యనువర్తించుచునే యుండునందున ఆకూఁతలు విదూషకవైకృతము లని తెలియుటయు అందుచేత హాస్యమయి ఆహాస్యముచేత నవోఢ విస్రబ్ధయై (ద్వితీయపక్షమున మఱియు విస్రబ్ధయై) నాయకునికవుంగిట నసఁగి పెనఁగి పొందులం దేలుటయు ఘటిల్లును. అప్పటినుండి, ఆవైకృతము స్మృతిగోచరమైనప్పు డెల్ల హాస్యము గలుగుచుండును. తత్కారి గావున విదూషకుఁడు.

తెల్లవాఱునప్పటికూఁత నంటి దగుట - వారిని బెదరుపఱుచుటకు కొదమకోడివలె ననుటచే బిగ్గఱగాను దీర్ఘముగాను అని యర్థము; అట్లు కూయుట చక్కఁగా వినఁబడుటకును ఏదో శబ్దమాత్ర మనికాక కోడికూఁతయే యని నిశ్చయము తోఁచుటకును. పెక్కులు కోళ్ళు అట నటం గూయుచున్నవి, చక్కఁగా తెల్లవాఱి పోయినది, అని భ్రమయుటకై పలుమాఱు కూయుట.

సాత్త్వికభావములు.

స్వేదః స్తమ్భోఽథ రోమాఞ్చః స్వరభఙ్గోఽథ వేపథుః
వైవర్ణ్య మశ్రు ప్రళయ ఇత్యష్టౌ సాత్త్వికా మతాః.

స్వేదః = చెమట, స్తమ్భః = ప్రాఁనుపాటు (అవయవములు పని దక్కుట), అథ=మఱియు, రోమాఞ్చః = గగుర్పాటు, స్వరభఙ్గః=గద్గద స్వరము, అథ, వేథుః=కంపము, వైవర్ణ్యము=వర్ణము మాఱుట, అశ్రు = కన్నీళ్ళు, ప్రళయః = ఇంద్రియవ్యాపారనాశము (తెచ్చపాటు), ఇతి అష్టౌ సాత్త్వికాః మతాః = అనునెనిమిది (యును) సాత్త్వికభావములని చెప్పఁబడినవి, సత్త్వమువలనఁ బుట్టునవి గావున సాత్త్వికములు,

ఖేదో వాచి, దృశో ర్జలం, కుచతటే
స్వేదః, ప్రకమ్పోఽధరే,
పాణ్డు ర్గణ్డతటే, తనౌ చ పులక
వ్రాతో, లయ శ్చేతసి,
ఆలస్యం నయనద్వయే, చరణయోః
స్తమ్భః, సముజ్జృమ్భతే;
తత్కిం రాజపథే వ్రజేన్ద్ర తనయః
కృష్ణ స్త్వయాఽఽలోకితః?

నాయికతో సఖి వచించుట.—(నీకు), వాచి ఖేదః=మాటయందు గద్గదస్వరము, దృశోః జలమ్=కన్నులయందు బాష్పము, కుచతటే స్వేదః = చనుదరియందు చెమరు, అధరే ప్రకమ్పః = మోవియందు అదరు, గణ్డతటే పాణ్డుః = చెక్కిటి ప్రదేశమందు తెల్లఁదనము, (కిం) చ = (మఱి)యు, తనౌ పులక వ్రాతః = మేనియందు పులకల మొత్తము, చేతసి లయః = మనస్సులో తెచ్చపాటు, నయన ద్వయే ఆలస్యమ్ = కను దోయియందు మందత, చరణయోః స్తమ్భః = పాదములయందు ప్రాానుపాటు, సముజ్జృమ్భతే = (ఈచెప్పినది ఒకటొకటియు) అతిశయిల్లుచున్నది; తత్ త్వయా రాజపథే వ్రజ ఇన్ద్రి తనయః కృష్ణః ఆలోకితః కిమ్ = కావున నీచేత రాజమార్గమందు గొల్లల దొరయొక్క కొమరుఁడు కృష్ణుఁడు చూడఁబడినాఁడా ఏమి? శ్రీకృష్ణుని చూచినందునం గానిచో నీమేన సకలసాత్త్వికములు ఒక్కమ్మడి నేల యుదయించు నని భా. ఈశ్లోకమునకు ఈవివరించినపాఠము మకరందకారునిది; వ్యంగ్యార్థకౌముదీ కారునిపాఠము ఇట్లున్నది:—

ఖేదో వాచి, దృశోర్జలం, కుచతటౌ
స్వేదః, ప్రకమ్పోఽధరే,

పాణ్డు ర్గణ్డతటీ, వపుః పులకితం,
లీనం మన స్తిష్ఠతి,
ఆలస్యం నయనశ్రియః, శ్చరణయోః
స్తమ్భః, సముజ్జృమ్భతే;
త త్కిం రాజపథే నిజామధరణీ
పాలోఽయ మాలోకితః?

నిజాముఁ డని దేవగిరిప్రభువు పే రనియు, లేక, (ఇష్టార్థకల్పనాప్రతిభ చేత) నిజాన్ ఆత్మీయాన్ అమతి ప్రాప్నోతి అను వ్యుత్పత్తిచే నిజాముఁ డనఁగా శ్రీకృష్ణుఁ డనియు, అర్థములు వ్యంగార్థకౌముదిలో వ్రాయఁబడి యున్నవి. కాని సాత్త్వికభావసమాహారోదాహరణపరముగా నుపక్రాంత మయిన యీ శ్లోకములో ఈ పాఠముల రెంటను ఎనిమిది సాత్త్వికభావ ములకు పైగా ఆలస్య మను వ్యభిచారిభావము గూడ నొకటి చేరియున్నది. దానిం దొలంచుటకు ఈక్రింది యట్లు పఠింపవచ్చును :—

స్వేదో వాచి, తథా జలం నయనయో,
ర్బిమ్బాధరే వేపథుః
గణ్డే పాణ్డురుచి, స్తనౌ చ పులక
వ్రాతో, లయ శ్చేతసి,
స్తోదామ్భః కుచమణ్డలే, చరణయోః
స్తమ్భః సముజ్జృమ్భతే,
త త్కిం రాజపథే నిజామధరణీ
పాలః సమాలోకితః?

శృఙ్గారరసనిరూపణమ్.

రతిస్థాయిభావః శృఙ్గారః.

రతి యనఁగా సంభోగవిషయకేచ్ఛారూప చిత్తవృత్తివిశేషము. అది దేనికి స్థాయి భావమో అది శృంగారము.

స ద్వివిధః సంభోగో విప్రలమ్భ శ్చ.

అది రెండువిధములు, సంభోగము విప్రలంభము నని.

సంభోగము.

విలాసినోఃసంయుక్తయోః దర్శనస్పర్శనాదిః సంభోగః. యథా.

కూడియున్నవా రయిన విలాసవతీ విలాసవంతులయొక్క పరస్పర దర్శనస్పర్శనాదికము సంభోగము. ఉదా.

వియతి విలోలతి, జలదః
స్ఖలతి, విధు శ్చలతి, కూజతి కపోతః,
నిష్పతతి తారకాతతి,
రాన్దోళతి వీచి రమరవాహిన్యాః. ౧౨౧

ఇది విషయనిగరణపక్కిఁచే విపరీతరతవర్ణనము.— వియతి విలోలతి (సతి) = ఆకాశము (కాను) ఆసియాడుచు (ఉండఁగా), జలదః స్ఖలతి= మేఘము (క్రొమ్ముడి) జాఱుచున్నది, విధుః చలతి = చంద్రుఁడు కదలుచున్నాఁడు, కపోతః కూజతి = పావురము (కంఠదేశము) కూయుచున్నది (పావురపుగుబాళింపుకంటిమణితములను పలుకుచున్నది), తారకా తతిః నిష్పతతి = నక్షత్రముల (ముత్తెముల) మొత్తము రాలుచున్నది (ముత్యాల

పేర్లు పెరిఁగి ముత్తెములు రాలుచున్నవి), అమర వాహిన్యాః వీచిః ఆన్దోళతి = వేల్పు టేటి యల (వలి) ఊఁగులాడుచున్నది (వలి నాయకునికి సైగాసున్నది గావున నేలఁబాఱు నేటియల యనక మిన్నేటియల యనుట. అందుచేత లావణ్యాతిశయము కూడ సూచితము.) బాహ్యార్థము:— ఆకాశము చలింపఁగా మేఘము జాఱినది, చంద్రుఁడు కదలసాగెను, పావురము కూయందొడంగెను, చుక్కలు రాలఁజొచ్చినవి, గంగాతరంగము లూఁగులాడుచున్నవి.—అని. ఇయ్యర్థమున, ఆధారమైనయాకాశము అల్లకల్లోల మగుడు ఆధేయములైన మేఘాదులును అల్లై అయినవని సంగతి.

విప్రలంభము.

కారణవిశేషేణ తయో ర్విశ్లేషో విప్రలమ్భః. యథా.
కారణవిశేషముచే ఆయిరువురకును ఎడఁబాపు విప్రలంభము. ఉదా.

ప్రాదుర్భూతే నవజలధరే త్వత్పథం ద్రష్టుకామాః
ప్రాణాః పఙ్కేరుహదళదృశః కణ్ఠదేశం ప్రయాన్తి,
అన్యత్ కిం వా తవ ముఖవిధుం ద్రష్టు ముద్దిశ్య గన్తా
పక్షః పక్షం సృజతి బిసినీపల్లవస్యచ్ఛలేన. ౧౨౨

నాయకునికి నాయికదశను సఖి నివేదించుట.—నవ జలధరే ప్రాదుర్భూతే (సతి) = క్రొత్త మబ్బు ఉదయించినది (అగుచుండఁగా), పఙ్కేరుహ దళ దృశః ప్రాణాః త్వత్ పథం ద్రష్టు కామాః (సన్తః) కణ్ఠ దేశం ప్రయాన్తి = తామర రేకులవంటి కన్నులుగలదాని (యా సుందరి)యొక్క ప్రాణములు నీయొక్క (నీవు వచ్చెడు) దారిని చూడఁగోరినవి (అగుచు) గొంతు ప్రదేశమునకు పోవుచున్నవి (ఈమబ్బువలన నీతోడి విరహమునందు కంఠగతప్రాణయై యున్నది, త్వరగా వచ్చి కాపాడుము అని భా.), అన్యత్ కింవా = ఇంక నొకవిశేషము, తవ...గన్తుమ్ = నీ

యొక్క ముఖచంద్రుని చూచుటకై (ఉడ్డీయ =) ఎగిరి వచ్చుటవలెగాను, వత్సః బిసినీపల్లవస్య ఛలేన పక్షం సృజతి = లేఁదమ్మి తామరచిగురాకు యొక్క (= లేఁతతామరాకుయొక్క) మిషచేత ఱెక్కను చేసికొనుచున్నది. (తాపశాంతికై పాలిండ్లపై కప్పడముగా నుంపఁబడిన లేఁతతామరాకును ఱెక్కగాను త్ప్రేక్షించినాఁడు.) విప్రలంభము తెల్లమే.

విప్రలంభావస్థలు.

విప్రలమ్భే చాభిలాష చిన్తా స్మృతి గుణకీర్తనోద్వేగ ప్రలాపోన్మాద వ్యాధి జడతా నిధనాని దశాఽవస్థా భవన్తి.

విప్రలంభమందు ను అభిలాష చింత స్మృతి గుణకీర్తనము ఉద్వేగము ప్రలాపము ఉన్మాదము వ్యాధి జడత నిధనము (అని)పది యవస్థలు కలుగును.

అభిలాష.

తత్ర సంగమేచ్ఛాఽభిలాషః. యథా.

అపదింటిలో అభిలాష యనునది సంగమేచ్ఛ. ఉదా.

తస్యాం సుతనుసరస్యాం
చేతో నయనం చ నిష్పతితమ్,
చేతో గురు వినిమగ్నం,
లఘు నయనం సమ్ప్లుతం భ్రమతి. ౧౨౩

ఆ (సుతను =) సుందరియనెడికొలనియందు (నాయొక్క) మనస్సు కన్ను ను పడినది (పడినవి), మనస్సు (ప్రేమభారముచేత) బరువు (గావున) మునిఁగినది, తేలిక (యగుటచేత) కన్ను తేలి యాడుచున్నది. మునుఁగుట యనఁగా మఱల నాయకునికడకు రాక అచటనే సక్తమై పోవుట, అనఁగా

సదా ఆమెనే కోరుచుండుట; అటనే తేలియాడుట యనఁగా ఆమెనే గాంచుచుండుట; కన్ను తెలిక యనఁగా, ప్రేమ మనోగతము గాని నేత్రగతము గాదు గావున ఆబరువు కంట లే దనుట; బరువు లేనిది కనుకనే కొలనిపై అన్నిప్రక్కల తేలియాడుట. భ్రమించుచున్న దనుటచే ఆమెను ప్రత్యంగము విలోకించుచున్న దని భా.

చింత.

సందర్శనసంతోషయోః ప్రకారజిజ్ఞాసా చిన్తా. యథా.

సందర్శనప్రకారమును సంతోషప్రకారమును తెలియఁ గోరుట చింత. ఉదా.

మయా విధేయో ముహు రద్య తస్మిన్
కుఞ్జోపకణ్ఠే కలకణ్ఠనాదః,
రాధా మధో ర్విభ్రమ మావహన్తీ
కుర్వీత నేత్రోత్పలతోరణాని. ౧౨౪

శ్రీకృష్ణులవారు సహచరునితో పల్కుట.—(కర్త్రర్థమున టీక).— మయా అద్య తస్మిన్ కుఞ్జ ఉపకణ్ఠే ముహుః కలకణ్ఠ నాదః విధేయః = నేను ఇప్పుడు ఆ (పూర్వసంకేతితమైన) పొదరింటి చెంగట పలుమాఱు కోకిల కూఁతను కూయవలయును, (ఏల యన-), రాధా మధోః విభ్రమమ్ ఆవహన్తీ నేత్ర ఉత్పల తోరణాని కుర్వీత = రాధ (ఆకూఁతలను విని) వసంతముయొక్క భ్రమను దాల్చినదై (వసంతము వచ్చిన దని భ్రమపడి ఇఁక ను వనవిహార పుష్పాపచయ నికుంజసురతాదులందు ఓలలాడ వచ్చును గదా యను సంతోషముచేత) కన్నుఁగలువల తోరణములను గట్టును (కలువ తోరణములవంటి చూపువరుసలను నలుదెసలందు పఱపును). ఆ సంతోషప్రకారమును ఆదర్శనప్రకారమును చూడఁ గోర్కి గాన చింత.

స్మృతి.

ప్రియాశ్రితచేష్టాద్యుద్బోధితసంస్కారజన్యంజ్ఞానంస్మృతిః.

(తా ననుభవించిన) ప్రియా సంబంధి చేష్టాదులచే (తనమనస్సున) కలిగినసంస్కారమువలన పుట్టినజ్ఞానము (అనఁగా ప్రియాచేష్టాదులను జ్ఞప్తి సేసికొనుట) స్మృతి.

రామో లక్ష్మణ, దీర్ఘదుఃఖచకితో నావిష్కరోతి వ్యథాం,
శ్వాసం నోష్ణతరం జహాతి, సలిలం ధత్తేన వా చక్షుషోః,
వాతావర్త వివర్తమాన దహన క్రూరై రనఙ్గ జ్వరైః
క్షామః కింతు విదేహరాజతనయాం భూయఃస్మరన్ వర్తతే.

సీతావియోగమగ్నులైన శ్రీరాములవారిం గూర్చి లక్ష్మణునితో సుగ్రీవాదులం వల్కుట.—(హే) లక్ష్మణ = (ఓ) లక్ష్మణా, రామః దీర్ఘ దుఃఖ చకితః వ్యథాం న ఆవిష్కరోతి = శ్రీరాముఁడు చిరమైన వియోగ శోకముచేత తల్లడిల్లినవాఁడు (అయ్యును) (తన) వెతను (ధీరోదాత్తుఁడు గాన) బయలుపడనీయఁడు, ఉష్ణతరం శ్వాసం న జహాతి = మిక్కిలి వేఁడి యగు నూర్పును విడువఁడు (మిక్కిలి వేఁడిగా నిట్టూర్పులు విడువఁడు), కిం వా = మఱియు, చక్షుషోః సలిలం న ధత్తే = కన్నులయందు బాష్పమును ధరింపఁడు (కంట తడిపెట్టుకొనఁడు), కింతు = మఱియేమి చేసెడి ననఁగా, వాత అవర్త వివర్తమాన దహన క్రూరైః అనఙ్గ జ్వరైః క్షామః = గాలియొక్క సుడిచే తిరుగుడువడుచున్న నిప్పువలె బాధించునవైన మన్మథ తాపముల చేత కృశించినవాఁడై, విదేహరాజ తనయాం భూయః స్మరన్ వర్తతే = విదేహరాజు కూఁతును (= సీతను) మిక్కిలి తలంచుకొనుచు ఉండెడిని.

గుణకీర్తనము.

విరహె కాన్తావిషయకప్రశంసాప్రతిపాదనం గుణకీర్తనమ్, తద్యథా.

వియోగమందు కాంతను గూర్చిన స్తుతిని చెప్పుట గుణకీర్తనము, దానికి ఉదా.

స్పర్శః స్తనతటస్పర్శో, వీక్షణం వక్త్రవీక్షణమ్,
తస్యాః కేళికథాలాపసమయః సమయః సఖే. ౧౨౮

నాయకుఁడు సఖునితో చెప్పుట.—(హే) సఖే=(ఓ) చెలికాఁడా, తస్యాః స్తన తట స్పర్శం స్పర్శం = దాని చను గట్టును తాఁకుట (యే) తాఁకుట, (తస్యాః) వక్త్ర వీక్షణమ్వీక్షణమ్ = (దాని) మోమును చూచుట (యే) చూచుట, (తస్యాః) కేళి కథా ఆలాప సమయః సమయః = (దాని) సురతకథలను వ్రాకుచ్చు వేళ (యే) వేళ.

ఉద్వేగము.

కామక్లేశజనితసకలవిషయహేయతాజ్ఞాన ముద్వేగః.

యథా.

సకలవిషయములును హేయములు (త్యజింపవలసినవి) అని మదన బాధచేత కలిగినబుద్ధి ఉద్వేగము. ఉదా.

గరళద్రుమకన్ద మిన్దుబిమ్బం,
కరుణావారిజవారణో వసన్తః,
రజనీ స్మరభూపతేః కృపాణీ,
కరణీయం కి మతః పరం విధాతః? ౧౨౭

నాయిక బ్రహ్మను దూఱుచున్నది.—ఇన్దు బిమ్బం గరళ ద్రుమ కన్దమ్=చంద్ర మండలము విష వృక్షముయొక్క వేరు (వెన్నెలతాఁకుడు) విషవృక్షపర్ణాదిస్పర్శవలె కాల్చుచున్నదనుట), వసన్తః కరుణా వారిజ వారణః = వసంతుఁడు కనికర మనెడు తామరకు ఏనుఁగు (కనికరములేని ఘాతకుఁ డనుట), రజనీ స్మర భూపతేః కృపాణీ = రాత్రి (విరహిమారకుఁడైన) మరుఁడనెడి రాజుయొక్క కత్తి (కోసి చంపుచున్న దనుట, ఈ

రాత్రి మృత్యువు తప్ప దని భా.), విధాతః = (ఓ) బ్రహ్మా, (నన్ను ముగించుటకు వీనిని చేసితివి గదా, ఇవి చాలక) అతః పరం కిం కరణీయమ్ = ఇటు తర్వాత ఏమి చేయవలసినది (చేయుచున్నావు) ? చంద్రాదులం గూర్చి హేయతాబుద్ధి.

ప్రలాపము.

ప్రియాశ్రితకాల్పనికవ్యవహారః ప్రలాపః. యథా.

ప్రియను గూర్చిన కల్పితవ్యవహారము ప్రలాపము. ఉదా.

అద్విరంవీక్షణం చక్షు, రద్విసమ్మేళనం మనః,
అద్విసంస్పర్శనః పాణి రద్య మే కిం కరిష్యతి? ౧౨౮

అద్విసంవీక్షణం మే చక్షుః...అద్య కిం కరిష్యతి = ప్రతివీక్షణము లేని నా కన్ను, ప్రతి మేళనములేని (నా) మనస్సు, ప్రతిస్పర్శలేని (నా) చేయి (యు) ఇప్పుడు ఏమి చేయును. (కన్ను ఎవరిని చూడను, మనస్సు ఎవరిని చేరను, చేయి యెవరిని తాఁకను, చెలి చెంత లేనందున ఇ వన్నియు నిర్విషయ మైనవి, అని భా.)

ఈయద్వి సంవీక్షణత్వాదికము కల్పితవ్యవహారము గావున ప్రలాపము.

ఉన్మాదము.

ఔత్సుక్య సంతాపాది కృత మనోవిపర్యాస సముత్థ
ప్రియాశ్రిత వృథావ్యాపార ఉదన్మాదః.

విలంబమునోర్వమి జ్వరము లోనగువానిచేత చేయఁబడిన బుద్ధిభ్రంశమువలనఁ గలిగిన ప్రియాసంబంధివ్యర్థ వ్యాపారము ఉన్మాదము.

స వ్యాపారః కాయికో వాచిక శ్చేతి ద్వివిధః.

ఆచేష్ట కాయికము (కాయముచేత అనఁగా దేహముచేత నిష్పన్న మయినది) వాచికము (వాక్కృతము) నని యిరుదెఱంగులు. (దానింబట్టి

యాస్వాదంబును కాయికము వాచికము నని రెండువిధములు.) కాయిక మునకు ఉదా.

ప్రతిఫల మమృతాంశోః ప్రేక్ష్య కాన్తో మృగాక్ష్యా
ముఖ మితి పరిహాసం కర్తు మభ్యుద్యతో౽భూత్;
అథ శిథిలితవాచో మౌన మాశఙ్క్య తస్యాః
స్పృశతి పులకభాజా పాణిపఙ్కేరుహేణ. ౧౨౯

కాన్తః = నాయకుఁడు, అమృతాంశోః ప్రతిఫలం ప్రేక్ష్య = చంద్రునియొక్క ప్రతిబింబమును చూచి, మృగా...భూత్ = కాంతయొక్క ముఖము అని (అనుకొని) ఎగతాళి చేయ నుద్యుక్తుఁడు ఆయెను; అథ శిథిలిత వాచః తస్యాః మౌనమ్ ఆశఙ్క్య = తర్వాత (మాటు) పలుకకయున్న యామెయొక్క మౌనమును శంకించి (ఆ ప్రతిబింబము మాటుపలుకమిని కాంతయే మాటుపలుకమిగా భావించి), పులక భాజా పాణి పఙ్కేరుహేణ స్పృశతి = గగుర్పాటు పొందిన కేలుఁదమ్మితో (ఆచంద్ర ప్రతిబింబమును) తాఁకుచున్నాఁడు. ఉత్తరార్థమున కాయికము స్పష్టము.

వాచికమునకు ఉదా.

కిం రే విధో మృగదృశో ముఖ మద్వితీయః;
కన్దర్ప దృప్యసి దృగమ్బుజ మన్య దేవ;
ఝుంకార మావహసి భృఙ్గ తను ర్న తాదృక్;
కర్ణాణి ధి ఙ్న పున రీదృశ మీక్షణీయమ్. ౧౩౦

కిం రే విధో = ఏమి రా చంద్రుఁడా, మృగదృశః ముఖమ్ అద్వితీయమ్ = (నా) హరిణాక్షియొక్క వదనము సాటిలేనిది; కన్దర్ప దృప్యసి (కిమ్) మదనుఁడా గర్వించెదవు (ఏల), దృక్ అమ్బుజమ్ అన్యత్ ఏవ = (నాచెలియొక్క) కన్నుఁదామర వేఱే (అనిర్వచనీయ మనుట), భృఙ్గ ఝుంకారమ్ ఆవహసి (కిమ్) = తుమ్మెదా ఝుంకారము చేసెదవు ఏల, తనుః

తాదృక్తన = (నా చెలి) మేను అట్టిది కాదు, కర్మాణి ధిక్ = (మీ) పనులు ఇసీ (ఏమిపాడుపనులు); ఈదృశం పునః న ఈక్షణీయమ్ = ఇట్టిది మతి (ఎందును) గాన రాదు. నాయకునివాచికోప్న్యాదము స్పష్టము.

వ్యాధి.

మదనవేదనా సముత్థ సంతాపకార్శ్యాదిదోషో వ్యాధిః.

యథా.

మదనబాధచేతఁ గల్గినజ్వరకార్శ్యాదిదోషము వ్యాధి. ఉదా.

కోదణ్ణం విశిఖో మనోనివసతిః కామస్య, తస్యా అపి
భ్రూవల్లీనయనాఞ్చలం మనసి తే వాసః సమున్మీలతి;
ఇత్థం సామ్యవిధౌ తయోః ప్రభవతి,స్వామి న్స్తథాస్నిహ్యతాం
తన్వానా తనుతాంక్రమా దతనుతాం నైషా యథాగచ్ఛతి.

వియోగినీదూతి నాయకునితో వక్కాణించుట.—కామస్య కోదణ్డం విశిఖః మనో నివసతిః = మదనునికి విల్లు బాణము మనస్సులో వసించుట (కలవు), తస్యా అపి భ్రూ వల్లీ నయన అఞ్చలం తే మనసి వాసః సమున్మీలతి = ఆమెకును బొమ తీఁగ కనుఁగొన నీ మనస్సులో కాపురము దీపించుచున్నది (దీపించుచున్నవి), (వింటికి సాటి కనుబొమ, కోలకు సాటి కటాక్షము, మనోవసతికి మనోవసతి యని భా.), ఇత్థం తయోః సామ్యవిధౌ ప్రభవతి (సతి) = ఈతీరున ఆయిరువురకు సాదృశ్య ప్రకారము నెలకొను (చుండఁగా), స్వామిన్ = ఓయేలినవాఁడా, తనుతాం తన్వానా ఏషా క్రమాత్ అతనుతాం యథా న గచ్ఛతి తథా స్నిహ్యతామ్ = తనుత్వమును (కార్శ్యమును) పొందుచున్న యీ యామె క్రమక్రమముగా అతనుత్వమును (దేహము లేనిదగుటను) ఎట్లు పొంద కుండునో అట్లు (నీవు) దయసేయవలయును. ఈ యిరువురకును ఉక్తసామ్య మున్నను, ఈమె తనువు, మదనుఁడు అతనువు అని వ్యతిరేకముగూడ ఇప్పటికిఁ గలదు. ఈ

మెఱయు అతనువు (దేహము లేనిది - మృత) అగునేని అప్పటికి వ్యతిరేకము లేటి సామ్యము సమగ్ర మగును, అట్లు మాత్రము కా నీయకుము, అని యర్థము; త్వరగా వచ్చి కూడి కాంతప్రాణమును కావుము అని భా.
ఇది మదనవేదనాజనిత కార్శ్యము కాన వ్యాధి.

జడత.

విరహావ్యథామాత్ర వేద్య జీవనావస్థానం జడతా. యథా.

ప్రాణ మున్న దని విరహవేదనచేతమాత్రమే తెలియునవస్థ జడత. ఉదా.

పాణి ర్నీరవకఙ్కణః, స్తనతటీ
నిష్కమ్పమానాంశుకా,
దృష్టి ర్నిశ్చలతారకా, సమభవ
న్నిస్పాణ్డవం కుణ్డలమ్,
క శ్చిత్రార్పితయా సమం కృశతనో
ర్భేదో భవే, న్నో యది
త్వన్నామశ్రవణేన కోఽపి పులకా
రమ్భః సముజ్జృమ్భతే. ౧౩౨

దూతి నాయకునితో నాయికయొక్క విరహదశను చెప్పుచున్నది.— పాణిః నీరవ కఙ్కణః సమభవత్ =(కాంతయొక్క) చేయి (నిర్ రవ =) చప్పుడులేని గాజులుగలది అయినది (కదలిక లేనందున నని భా.), స్తనతటీ నిష్కమ్పమాన అంశుకా=చను గట్టు కదలని పైటగలది (అయినది), దృష్టిః నిశ్చల తారకా = కన్ను కదలని పాపకలది (అయినది) (చూపు లేనందున నని భా.), కుణ్డలం నిస్పాణ్డవమ్=తాటంకము నృత్తములేనిది (అయినది), కృశతనోః=(ఈయవస్థలో నున్న యా) కృశాంగికి, త్వత్ నామ శ్రవణేన కః అపి పులక ఆరమ్భః నో సముజ్జృమ్భతే యది = నీపేరు వినుటచేత

అనిర్వాచనీయమైన పులకల మొలచుట తెల్లముకాదేనీ (ఇది ప్రాణమున్నందు లకు గుర్తు); చిత్ర అర్పితయా సమం కః భేదో భవేత్ = చిత్తరువున వ్రాయఁ బడినదానితోఁ గూడ ఏమి భేదము ఉండును (ఏమియు నుండదనుట).

అమంగళ మని మరణావస్థను చెప్పలేదు.

దర్శనము

స్వప్న చిత్రసాక్షాద్భేదేన దర్శనం త్రిధా.

స్వప్నదర్శనము చిత్రదర్శనము సాక్షాద్దర్శనము నని దర్శనము త్రివిధము.

స్వప్నదర్శనమునకు ఉదా.

ముక్తాహారం న చ కుచగిరేః,
కఙ్కణం నైవ హస్తాత్,
కర్ణాత్ స్వర్ణాభరణ మపివా,
నీతవాన్ నైవ తావత్;
అద్య స్వాప్నే వకుళముకుళం
భూషణం సందధానః
కోఽయం చోరో హృదయ మహరత్
తన్వి, తం న ప్రతీమః.

నాయిక సఖితో చెప్పుట.—(హే) తన్వి = ఓకృశాఙ్గీ, కుచగిరేః ముక్తాహారం న నీతవాన్ = చనుగొండనుండి ముత్తెపుఁ పేరును కొనిపో లేదు, (కిం) చ = (మఱి) యు; హస్తాత్ కఙ్కణం నైవ (నీతవాన్) = చేతినుండి కడియమును కొనసే లేదు, కర్ణాత్ స్వర్ణ ఆభరణం అపివా న

నీతవాన్ = చెవినుండి బంగారు నగను (పసిఁడికుండలమును) అయినను కైకొనఁ డాయెను, (తావత్-పాదపూరణము), అద్యస్వప్నే వకుళ ముకుళం భూషణం సందధానః హృదయమ్ అహరత్ = ఈరాత్రి కలలో పొగడ మొగ్గను మండనముగా ధరించినవాఁడై (వచ్చి) (నా) మనస్సున ముచ్చిలెను, అయం చోరః కః తత్ = ఈ దొంగ ఎవరో ఆవిషయమును (తమ్ = వానిని, అనియేని చెప్పవచ్చును). న ప్రతీమః = ఎఱుఁగకున్నాము. పొగడ దండను దాల్పక పొగడమొగ్గను దాల్చుట నెఱనాణెగానితనమును సూచించుచున్నది.

చిత్రదర్శనమునకు ఉదా.

నీవీం హరే, దురసిజం విలిఖే న్నఖేన,
దన్తచ్ఛదా చ దశనేన దశే దకస్మాత్;
ఇత్థం పటే విలిఖితం దయితం విలోక్య
బాలా పు రేవ న జహార విహారశఙ్కామ్. ౧౩౪

బాలా పటే విలిఖితం దయితం విలోక్య = (ఆ) ముగ్ధ చిత్తరువున వ్రాయఁబడిన కాంతుని చూచి, నీవీం హరేత్-ఉరసిజం నఖేన విలిఖేత్-(కిం) చ దన్తచ్ఛదం అకస్మాత్ దశనేన దశేత్ = (ఇతఁడు నాయొక్క) పోఁకముడిని ఊడలాగివేయును - స్తనమును గోట గీఱును - (మఱి) యు మోవిని (దన్త = దంతములయొక్క - ఛదమ్ = కప్పును) ఉన్నట్టేఉండి పంటితో కఱచును, ఇత్థం పురా ఇవ విహార శఙ్కాం న జహార = ఇట్లని మునుపటి వలె (ఆరమణునికడ నున్నప్పటివలె) స్మరక్రీడా భయమును వదలదాయెను.

సాక్షాద్దర్శనమునకు ఉదా.

చేత శ్చఞ్చలతాం త్యజ; ప్రియసఖి,
వ్రీడే న మాం పీడయ;

భ్రాత, ర్ముఞ్చదృశౌ నిమేష; భగవన్,
కామ, క్షణం క్షమ్యతామ్;
బర్హం మూర్ధని, కర్ణయోః కువలయం,
వంశం దధానః కరే,
సోఽయం లోచనగోచరో భవతి మే
దామోదరః సున్దరః. ౧౩౫

శ్రీకృష్ణుని చూచుచు నొకకాంత తనహృదయాదులతో ననుట.— (హే) చేతః (క్షణం) చఞ్చలతాం త్యజ = (ఓ) మనస్సా (ఇంచుకసేపు) చపలత్వమును మానుము (ఏకాగ్రముగా పరికింపు మనుట), (హే) ప్రియసఖి వ్రీడే మాం (క్షణం) న పీడయ = (ఓసి) నెచ్చెలీ సిగ్గా నన్ను (క్షణము) పీడింపకుము, (హే) భ్రాతః నిమేష దృశౌ ముఞ్చ = (ఓ) యన్నా ఱెప్పపాటా (నా) కన్నులను వదలుము, (హే) భగవన్ కామ క్షణం క్షమ్యతామ్ = (ఓ) స్వామీ మన్మథుఁడా క్షణము ఓర్వుము (తనివి తీఱ చూడనిమ్ము, ఈలోపల దర్శనప్రతిబంధకముగా నన్నేఁపకుము), (ఏల యీఁవేడికోలనఁగా): మూర్ధని బర్హం కర్ణయోః కువలయం కరే వంశం దధానః (సన్) అయం సః సున్దరః దామోదరః మే లోచనగోచరః భవతి = ఔదలయందు నెమలిపురిని చెవులయందు కలువను చేత పిల్లనగ్రోవిని దాల్చినవాఁ(డై) వీఁడుగో అల్ల యందగాఁడు శ్రీకృష్ణుఁడు నా కన్నులకు విషయము అగుచున్నాఁడు.

సఖి, అన్న, అనుసంబోధనలచే 'నాపై చెలిమియు దయయు వహింపుఁడు' అని భా. భగవచ్ఛబ్దము జ్ఞానశక్త్యాదిసంపన్నవాచకము గావున తత్సంబుద్ధికి 'సామీ,' నీవు మాచిత్తావస్థ నెఱుంగుదువు, ఇదొకవరముగా వేఁడెదను' అని భా. దామోదరుఁడు అనుటచే యశోద ఈయన కడుపునకు త్రాడు చుట్టి ఈయనను ఱోటికి కట్టివేయుట లోనగునద్భుత

వృత్తాంతస్మరణము సూచితము. దానిచే ఇంతకు ముందు అపఃితముగా శ్రవణగోచరుఁడై నమహానుభావుఁ డని సూచన. శ్రుతపూర్వుఁడు గావున నే 'సోఽయమ్' అనుట. ఇట సాక్షాత్కారమును వర్ణించినాఁడు. ఏతద్గ్రంథ రచనా రూపోపాసనకు మెచ్చి శ్రీకృష్ణభగవంతుఁడు దర్శన మిచ్చినట్లు చమత్కారము.

మాధ్వీక స్యన్ద సన్దోహ సున్దరీం రసమఞ్జరీం
కుర్వన్తు కవయః కర్ణ భూషణం కృపయా మమ. ౧౩౬

కవయః మాధ్వీక స్యన్ద సన్దోహ సున్దరీం మమ రసమఞ్జరీం కృపయా కర్ణ భూషణం కుర్వన్తు-కవులు తేనె యొడికల మొత్తమువలె (అని గ్రంథ పరము - మొత్తముచేత అని పుష్పవల్లరీపరము) మనోహరమయిన నా యొక్క రసమంజరీ గ్రంథమును (రసవంతమయిన పూగుత్తిని) (నావిఁద) దయచేసి చెవి తొడవును చేయుదురుగాక (విని యానందింతురుగాక అని గ్రంథపరము, అవతంసింతురుగాక యని పుష్పవల్లరీపరము). ఎల్ల జనులను చెప్పక కవులనుమాత్రమే చెప్పుట 'చర్వణే సర్వసామాన్యే స్వాదువిత్ కేవలం కవిః' అని పెద్దలు చెప్పినట్టు కవులుమాత్రమే రసజ్ఞులు గావునను, 'అరసికేషు కవిత్వనివేదనం శిరసి మా లిఖ మా లిఖ మాలిఖ.' అన్నట్లు అరసికులకు కవననివేదనము అనభిలషణీయ మగుటచేతను. భూషణ మనుటచే ఆనందింతు రని భా. 'కృపయా' - అనుటచే పొరఁబాట్లు మన్నించి యని భా.

తాతో యస్య గణేశ్వరః కవికులాలఙ్కారచూడామణిః,
ర్దేశో యస్య విదర్భభూః సురసరిత్కల్లోల కిర్మీరితా,
పద్యేన స్వకృతేన తేన కవినా శ్రీభానునా యోజితా
వాగ్దేవీ శ్రుతి పారిజాత కలికా స్పర్ధా కరీ మఞ్జరీ. ౧౩౭

కవికుల అలంకార చూడామణిః గణేశ్వరః యస్య తాతః = కవి మండలికి ఆభరణమయినవారికి శిఖామణియైన (కవిశ్రేష్ఠులలో శ్రేష్ఠుఁడైన) గణేశ్వరుఁడు ఎవని తండ్రియో, సుర సరిత్ కల్లోల కిర్మీరితా విదేహ భూః యస్య దేశః = వేల్పు టేటి పెద్దయలలచేత (సాక్షాత్తుగాను, తమ నీటిపాయలచే పంటపంటలకతమున వ్యవహితముగాను,) పలువన్నెలుగలదిగాఁ జేయఁబడిన విదేహదేశము ఎవని దేశమో, తేన శ్రీభానునా కవినా = ఆ శ్రీమద్భాను కవిచేత, స్వకృతేన పద్యేన = తన రచించిన శ్లోకములతో, వాగ్దే...కరీ మఞ్జరీ రచితా = భారతిదేవియొక్క చెవియందలి యీగి పూనిమొగ్గతో పోటి సేయునదైన (యీ) రసమంజరీప్రబంధము కూర్పఁ బడినది.

'స్వకృతేన' – నానాగ్రంథములనుండి యుదాహరణములను సంకలించి ఇతరకవులు కూర్తురు – అట్లు సేయక యనుట. 'వాగ్దేవీ...రీ'– సరస్వత్యర్పణముగా చేయఁబడినదనియు సరస్వత్యాదరణార్హమనియు భా. 'స్పర్ధాకరీ'–శారదా వతంసస్థానమునకు పారిజాతకలికతో 'నీవు గొప్పో నేను తగుదును' అని వాదించుచున్నదనుట, తత్తుల్యమని యర్థము. ఈగిపూనిమొగ్గతో పోటిచెప్పుటచేత కవి వ్యాఖ్యాత్రుపాధ్యాయ శ్రోతృలకు బహుశ్రేయఃప్రద మని భా.

రసమఞ్జరీ సమాప్తా.

1959

వేదము వేంకటరాయశాస్త్రి అండ్ బ్రదర్స్

4, మల్లికేశ్వరస్వామిగుడిసందు, లింగిసెట్టివీథి, మదరాసు-1

అర్డరుతోకూడ సగముసొమ్ము అడ్వాన్సు పంపవలెను. తపాలుచార్జి ప్రత్యేకము. ఇవి ప్రస్తుతము దొరకు గ్రంథములు.

సంస్కృత గ్రంథములు.

శ్రీ కాళిదాసమహాకవి సంస్కృతమున రచించిన

అభిజ్ఞాన శాకున్తల నాటకమునకు

శ్రీమాన్ నేలటూరు రామదాసయ్యంగారి (M. A. L. T.

విపులవ్యాఖ్యానము మూలముతో 610 పుటలు.

(1) కాళిదాసుకాలము, (2) అతని గ్రంథములు, (8) కవిత, (4). శాకుంతలనాటక వస్తువు, (5) భారతగతశాకుంతలకథ, (6) దానింబట్టి నాటకవస్తువున విపర్యాసాదులు, (7) నాటక స్త్రీ పురుషుల శీలాదివిచారము, (8) రసము, నాయకాదుల మనఃప్రవృత్తి రహస్యములు, భావసంభేదము, (9) నాటకనిర్మాణమున కొన్ని మెలఁకువలు విశేషములు, (10) నాటక ప్రయోగము-కాళిదాసు, (11) శాకుంతలము - సహృదయ చక్రవర్తి 'గేటే' (12) కాళిదాసు - షేక్సుపియరు - ప్రతిభ అతిదుర్లభయయ్యు దేశకాలసంబంధము లేనిది, (18) నాటక లక్షణము, పంచసంధుల నిర్దేశము, పతాకాస్థానకములును, (14) దేశకాలపరిస్థితులు-నాగరకత, జనత, సంస్కారము, (15) 'ఉపమా కాళిదాసస్య' (16) గీర్వాణనాటకముల ఆంగికాభినయము, (17) ఇందలి సుభాషితములకుసూచి, (18) అర్థాలంకారములు, (19) ఛందోవిషయము - మొదలైన యనేకవిషయములు గలవు. వెల ~~రు-1-0-0~~ తపాలుచార్జి ప్రత్యేకము రు, 1-40. న. పై. పూర్తికాలికోబైండుది రు. 12-0-0.